વાર્તાઓ બોલે છે

વાર્તાઓ બોલે છે

લેખક

સૂર્યા સિન્હા

માનવ પ્રશિક્ષક તેમજ પ્રેરક

ગુજરાત પુસ્તકાલય સહાયક સહકારી મંડળ લિ.
૧૧, ઈલોરા કોમર્શીયલ સેન્ટર, પહેલો માળ, રીલીફ સીનેમા પાછળ.
અમદાવાદ—૩૮૦ ૦૦૧
ફોન : ૨૫૫૦ ૬૯૭૩
E-mail : gpssmltd@yahoo.com

ડાયમંડ બુક્સ

પ્રકાશક	:	ડાયમંડ પૉકેટ બુક્સ (પ્રા.) લિ. X-30, ઓખલા ઇંડસ્ટ્રિયલ એરિયા, ફેઝ-II, નવી દિલ્હી-110020
ફોન	:	011-40712200
ઇ-મેઇલ	:	sales@dpb.in
વેબસાઇટ	:	www.dpb.in
સંસ્કરણ	:	2013

VARTAO BOLE CHHE (GUJARATI)
by : Surya Sinha

આ પુસ્તક સમર્પિત છે

માતા વૈષ્ણો દેવીના

ચરણોમાં, જેમની મારા પર

અપાર કૃપા છે.

આભાર

પ્રિય વાચકો,

પ્રસ્તુત પુસ્તક તમારા સુધી પહોંચાડવામાં મારા જે શુભચિંતકો, હિતેચ્છુઓ, મિત્રો વગેરેએ ઘણો સહયોગ આપ્યો છે, હું એ બધાનો હૃદયથી આભારી છું.

- માં ની દુઆ, પિતાજીના આશીર્વાદ, નાની બહેન **આરતી**નો પ્રેમ અને સ્નેહે મને હંમેશાં આગળ વધવા માટે પ્રોત્સાહિત કર્યો છે.
- હું **શ્રીમતી બીના અગ્રવાલજી, રવિ ચૌહાણ અને દીપક ધવન**નો પણ હૃદયથી આભારી છું, જેમણે મારા પ્રત્યેક કાર્યમાં મને યથાયોગ્ય સહયોગ આપ્યો અને હજુ પણ સહયોગ આપી રહ્યાં છે.
- હું આવરણ પૃષ્ઠ માટે ઉત્તમ ફોટોગ્રાફી કરવા માટે શ્રી **યશવંત કુમાર મહાજન તથા વિનર્સ ટ્રેક**ના બધા સદસ્યોનો હૃદયથી આભારી છું. કારણ, આ લોકોના સહયોગથી જ હું કંઈક કરી શકવામાં સક્ષમ થઈ શક્યો છું.
- જેમના નામ હું આ પુસ્તકમાં નથી આપી શક્યો, પણ જેમણે પણ મને કોઈપણ પ્રકારે સહયોગ આપ્યો છે અને આગળ વધવા માટે પ્રોત્સાહિત કર્યો છે, એમનો પણ હું હાર્દિક આભારી છું અને ભવિષ્યમાં હું એ બધા મહાનુભવો પાસેથી આ જ પ્રકારના સહયોગની આશા રાખું છું.

- સૂર્યા સિન્હા

મારા હૃદયની વાત

મિત્રો,

તમે તમારા જીવનમાં ઘણી વાર્તાઓ વાંચી-સાંભળી અને સંભળાવી હશે. વાર્તાઓનું નસીબ એ જ છે કે એ વંચાય છે, સંભળાય છે અથવા સંભળાવાય છે. આનાથી આગળ વાર્તાઓ વિશે કોઈએ નથી વિચાર્યું, પણ મેં વાર્તાઓની એક બાજુ જોઈ છે અને તે બાજુ છે વાર્તાઓ ઘણું બધું બોલે છે બસ સાંભળવા અને સમજવાવાળું હૃદય અને મગજ જોઈએ.

હા મિત્રો, **વાર્તાઓ બોલે છે**, 'મને ખાલી વાંચવુ કે સાંભળવું પૂરતું નથી, પણ મારો અવાજ પણ સાંભળો કે હું શું કહું છું.'

હા, એ પણ સાચું છે કે વાર્તાઓ આપણું મનોરંજન કરે છે, પણ મનોરંજનની સાથે સાથે વાર્તાઓ આપણને અનેક શિક્ષણ પણ આપે છે અને એનો આભાસ મને ત્યાર થયો, જ્યારે મેં વાર્તાઓનો અવાજ સાંભળ્યો. એના મર્મને સમજ્યો અને પછી એને મારા જીવનમાં આત્મસાત કર્યો.

તમને જાણીને આશ્ચર્ય થશે કે મારા નિરાશાના સમયમાં આ વાર્તાઓએ મને પણ નવી દિશા આપી નવા રસ્તા દેખાડ્યાં, એક નવો દૃષ્ટિકોણ આપ્યો અને આ એનું જ પરિણામ છે કે આજ હું એક

સફળ લેખક અને માનવ પ્રશિક્ષક તરીકે સ્થાપિત થઈ ચૂક્યો છું.

મને એ સ્વીકારવામાં જરા પણ સંકોચ નથી કે આ વાર્તાઓએ મારા જીવનને નવું રૂપ આપ્યું અને સાચો માર્ગ દેખાડીને મારું જીવન જ બદલી નાખ્યું.

આ વાર્તાઓથી મને નવી આશા, નવી ઉમ્મીદ, પરિપક્વ વિચાર, સૂજબુઝ નવો દૃષ્ટિકોણ, હિમંત, સાહસ, ધૈર્ય અને ભરપૂર આત્મવિશ્વાસ.... બધું જ મળ્યુ, પણ ત્યારે, જ્યારે મેં એનો અવાજ સાંભળ્યો.

મનમાં એક પ્રબળ ઇચ્છા ઉઠી કે જ્યારે વાર્તાઓમાં આટલી શક્તિ છે કે મારા જેવા નિરાશામાં ડૂબેલા, હતાશ વ્યક્તિને આ વાર્તાઓ નવજીવન પૂરું પાડી શકે છે તો શા માટે હું મારા જેવા બીજા લોકોને એનો લાભ લેવાની તક ન આપું.

બસ, **'સર્વજન હિતાય, સર્વજન સુખાય'**ની આ જ ભાવના એ મને આ વાર્તાઓ, જે પોતે બોલે છે, લખવા માટે વિવશ કર્યો અને ઉત્તમ, શિક્ષાપ્રદ, પ્રેરણાદાયી વાર્તાઓનો સુંદર ગુલદસ્તો મારા વાચકો માટે તૈયાર થયો.

મિત્રો, મારો એવો કોઈ દાવો નથી કે આ વાર્તાઓ તમે પહેલીવાર વાંચશો. બની શકે કે તમે ઘણીવાર આ વાર્તાઓ વાંચી કે સાંભળી હોય, પણ એમાં સંતાયેલા એ સંદેશાને કદાચ તમે ગ્રહણ કરી શક્યા નહીં હો, જે માણસનું જીવન બદલી નાખે છે.

એ જ વણકહ્યા-વણ સમજ્યા સંદેશાને મેં આ પુસ્તકમાં વિશેષ રૂપે સરળ શબ્દો તથા રોચક શૈલીમાં પ્રસ્તુત કરવાનો પ્રયત્ન કર્યો

છે. મારો પોતાનો પ્રબળ વિશ્વાસ છે કે કોઈ પણ એક વાર્તા તમારા જીવનની દિશા બદલી નાખશે અને તમે પોતે જોશો આ વાર્તાઓની શક્તિનો ચમત્કાર.

હંમેશાંની જેમ તમારા પત્રોની પ્રતિક્ષામાં -

તમારો પોતાનો

સૂર્યા સિન્હા

વિષય સૂચી

કોઈ પણ પુસ્તકનું કોઈ એક વાક્ય તમારું જીવન બદલી શકે છે એટલે સમય મળતાં જ સારા પુસ્તકો વાંચી લો, નહીંતર કદાચ તમને આગળ વાંચવાનો સમય જ ન મળે.

પુસ્તકોને તમારો સાચો સાથી બનાવો અને જો ભેટ આપવાનો પ્રસંગ આવે તો તમારા મિત્રો, બાળકો શુભચિંતકો તથા સંબંધિઓ વગેરેને પુસ્તકો જ ભેટ આપો, સંસારમાં પુસ્તકોથી વધારે બીજી કોઈ મૂલ્યવાન ભેટ

અભ્યાસનો ચમત્કાર

જીવનમાં શિક્ષણનું શું મહત્ત્વ છે, એ આપણે એ બાળકને પૂછવું જોઈએ, જેને ભણવાની પ્રબળ ઈચ્છા હોય પણ ધનના અભાવને કારણે એના પિતા એને ભણાવવા અસમર્થ છે. તે ડ્રેસમાં સજી ધજીને સ્કૂલે જતાં બાળકોને જોઈને વારંવાર મનમાં પીડાય છે અને વિચારે છે કે કાશ ! હું સ્કૂલ જઈ શક્યો હોત, ભણી શક્યો હોત, અને ભણી-ગણીને મારું જીવન સંવારી શક્યો હોત.

દુનિયામાં એવા બાળકોની કોઈ ખોટ નથી, ન પહેલાં હતી ન હવે છે, પણ કહે છે ને કે કીચડમાં જ કમળ ખીલે છે. જેનામાં ભણવાની લગન હોય છે, જેનામાં ભણવાની અદમ્ય ઝંખના હોય છે તે ભણવાનો કોઈને કોઈ માર્ગ અવશ્ય શોધી જ લે છે, ભલે પરિસ્થિતિ કેટલીય વિકટ કેમ ન હોય.

આવો જ એક બાળક હતો - **ઈયિહબ્રેટ.**

તે બિલકુલ સાધન વિહીન હતો. પિતાએ એને એક લુહારને ત્યાં લગાવી દીધો. તે વધારે ભણી શક્યો ન હતો, પણ જેવી આગ લુહારની ભઠ્ઠીમાં ભભુકતી હતી, અભ્યાસ માટે તેવી જ આગ એના મનમાં પણ ભભુકતી હતી.

આખો દિવસ હથોડા ચલાવી-ચલાવીને, ભઠ્ઠીની આગમાં તપીને પણ તેની અભ્યાસની ભૂખ, એની માનસિક ભૂખ શાંત થતી

ન હતી. એની બેગમાં હંમેશા કોઈને કોઈ પુસ્તક પડ્યું રહેતું હતું. રાત્રે

જ્યારે બધા થાકીને ચૂર થઈ જતા અને તેમના બિછાનામાં ખાબક્તા, ત્યારે તે થોડા સમય કાઢીને તેનું પુસ્તક વાંચતો. દિવસમાં જ્યારે પણ થોડો ખાલી સમય મળતો ત્યારે પણ તે વાંચવા બેસી જતો, જ્યારે તેના સાથીદારો એ સમય ગપ્પાં મારવામાં પસાર કરી દેતા.

આનું સારું પરિણામ એ આવ્યું કે ત્રીસ વરસની ઉંમરનો થતાં સુધી તે યુરોપની લગભગ બધી મહત્ત્વની ભાષાઓનો જાણકાર થઈ ગયો.

આજ રીતે સ્કોટલેન્ડમાં અરેગો નામનો યુવક હતો. એના કુટુંબમાં પણ અભાવે પત્ર પ્રસારી રાખ્યા હતા. પરિણામે કામ શીખવા અને કામ કરવા માટે નાની ઉંમરમાં જ એને એક બુક બાઈન્ડર પાસે મૂકી દેવામાં આવ્યો. તે બહુ સંશોધન વૃત્તિ, ઉંચા વિચારોનો યુવક હતો. ભણવાની એનામાં પણ બહુ લાલસા હતી. એની ઇચ્છા હતી કે મોટો થઈને તે નક્ષત્રવેતા બને, પણ ક્રૂર પરિસ્થિતિઓએ એને મામૂલી બુક-બાઈન્ડર બનાવી દીધો. એ અલગ વાત છે કે નિયતિએ એને અહીંથી જ સફળતાનો મંત્ર આપ્યો. તે જે પુસ્તકોની બાંધણી કરતો, તક મળતા એનો અભ્યાસ પણ કરતો.

એક વખત એક પુસ્તક પર ચાંપ ચઢાવતી વખતે રદ્દી કાગળોમાંથી એને કાગળની ચબરખી મળી, જેને એ વાંચવા લાગ્યો અને કાગળની એ ચબરખી જ એની માર્ગદર્શક બની ગઈ.

એ ચબરખી પર લખ્યું હતું. - ‘ચાલતા રહો, આગળ વધતા જાવ. જે મુશ્કેલીઓ તમારી સામે આવશે, તે તમારી પ્રગતિ સાથે જ ઉકેલાતી જશે. આગળ વધો, અજવાળું થઈ જશે.’

બસ, આ જ સંદેશો અરેગોનો માર્ગદર્શક બની ગયો.

હવે, નક્ષત્રવેત્તા બનવાની દિશામાં એના પગલાં વધવા લાગ્યા. જ્યારે પણ કોઈ મુશ્કેલી આવતી, અરેગો કાગળની એ ચબરખી કાઢીને વાંચતા, એનાથી એમને સાહસ, આત્મબળ અને હિંમત મળતી અને પછી તે પોતાના પડાવ પર પહોંચીને જ અટક્યા એટલે આજે જગત અવેગોને નક્ષત્રવેતા તરીકે જાણે છે.

મિત્રો, ઉપરોક્ત બંને વાર્તાઓ કદાચ તમે ન સાંભળી હોય, પણ વિશ્વપ્રસિદ્ધ વૈજ્ઞાનિક માઈકલ ફેરાડેની વાતથી તમે અવશ્ય વાકેફ હશો.

ફરાડે એક અનાથ બાળક હતો. તે લંડનના એક તબેલામાં રહેતો હતો. ક્યારેક એણે પેટ ભરવા માટે છાપા વેચ્યા, ક્યારેક બીજા અન્ય કામો કર્યા. છાપા વેચવા દરમિયાન જ ભણવાની એની રુચિ જાગૃત થઈ. પછી ૧૩ વર્ષની ઉંમરે તે એક બુકબાઈન્ડરને ત્યાં નોકરી કરવા લાગ્યો. ફેરાડેમાં ભણવાની અતૂટ લગન હતી. એક દિવસ 'એન્સાઈક્લોપેડિયા' નામના વિશ્વકોષમાં ચાંપ ચડાવતી વખતે એની નજર વિજળી સંબંધી એક લેખ પર પડી. એણે એ લેખને ઘણીવાર વાંચ્યો અને નાની-નાની વસ્તુઓ ભેગી કરીને પ્રયોગ કરવો શરૂ કર્યો. એક દિવસ એક વ્યક્તિએ એને પ્રયોગ કરતા જોયો, તે એ બાળકના પ્રયત્નોને જોઈને અત્યંત પ્રભાવિત થયો અને તે એને સર હમ્ફ્રી ડેવીનું ભાષણ સાંભળવા લઈ ગયો.

ફેરાડે એ ડેવીના ભાષણોની નોટ્સ લખી, પછી એના પર પોતાની ટીપ્પણી લખી. એ પછી એણે એને સર ડેવી પાસે મોકલી આપી.

સર ડેવી પણ એની ટિપ્પણીઓથી એવા પ્રભાવિત થયા કે એમણે એને બોલાવીને પોતાની પ્રયોગશાળામાં યંત્રોની દેખભાળ માટે રાખી લીધો.

ડેવી પોતે એક મહાન વિજ્ઞાનના જાણકાર હતા.

બાળક ફેરાડે એમના પ્રયોગોને બહુ ધ્યાનથી જોયા કરતો હતો.

ધીરે - ધીરે તે વિજ્ઞાનમાં પારંગત થવા લાગ્યો.

પાછળથી આજ અનાથ અને ભાગ્યહીન બાળક બુલવિલની રોયલ અકાદમીમાં અધ્યાપક નિયુક્ત કરાયો.

કેટલાક વર્ષો પછી સર હમ્ફ્રી ડેવીની સાથે રહીને એક વૈજ્ઞાનિક તરીકે ઉભર્યો. સભાઓમાં એને ભાષણ આપવા માટે પણ આમંત્રિત કરવા લાગ્યો.

ફેરાડેનું નામ આજે આખું વિશ્વ જાણે છે, કેમ કે આગળ જતાં એણે વિજ્ઞાન-જગતમાં ઘણા ચમત્કારો કર્યા :

ઉપરોક્ત ત્રણેય વાર્તાઓથી આપણને શિક્ષા મળે છે કે -

- પુસ્તકો માણસના શ્રેષ્ઠ મિત્રો હોય છે.
- જો તમારામાં થોડી - ઘણી પણ અભ્યાસની લગન છે, તો પુસ્તકો તમારા અધ્યાપક અને માર્ગદર્શક બનીને તમને શિખર સુધી પહોંચવાનો રસ્તો દેખાડે છે.
- પ્રત્યેક પુસ્તકનો હેતુ પોતાના વાંચકને કાંઈક આપવાનો હોય છે અને બદલામાં તે કશું નથી ઈચ્છતું.
- પુસ્તકો મનુષ્ય જાતિની નિઃસ્વાર્થ સેવા કરે છે.
- પુસ્તકો આપણો સાથ દરેક સમયે ટકાવી રાખ છે, ભલે આપણી પાસે કોઈ ન હોય.
- નિરાશાના સમયે કેવળ સારા પુસ્તકો જ વ્યક્તિનું મનોબળ વધારે છે તથા સાચો રસ્તો દેખાડે છે.

□□□

મનની ગાંઠો ખોલો

જૂના જમાનાની વાત છે. એક વેપારી હતો, ઊંટો પર સામાન લાદીને તે શહેરે-શહેરે જતો અને વેપાર કરતો. એની પાસે પાંચ ઊંટ હતા. એક વાર સામાન વેચીને તે પોતાના દેશ પાછો ફરી રહ્યો હતો. રસ્તામાં રાત પડી ગઈ તો તે એક ધર્મશાળામાં રોકાયો.

ધર્મશાળાની બહાર એક ઝાડ નીચે વેપારી પોતાના ઊંટોને બાંધવા લાગ્યો. ચાર ઊંટ બાંધી દીધા, પણ પાંચમાં ઊંટને બાંધવા માટે એક રસ્સી ખૂટી પડી. જે ઊંટ ઊભો હતો, એ રાહ જોતો હતો કે માલિક એને પણ ખૂંટાથી બાંધે તો એ પણ બેસીને વાગોળે અને પોતાનો થાક ઉતારે, પણ માલિક મૂંઝવણમાં હતો. એક રસ્સી રસ્તામાં ક્યાંક ખોવાઈ ગઈ, હવે ઊંટને કેવી રીતે બાંધે. જો બાંધવામાં ન આવે તો ઊંટ રાત્રે ક્યાંક જતો ન રહે. વેપારી મૂંઝવણમાં હતો કે હવે શું કરે.

તે પોતે પણ બહુ થાકેલો હતો અને ઈચ્છતો હતો કે જલ્દી ઊંટોથી નવરો થઈને ધર્મશાળામાં જઈને આરામ કરે. પણ આ સમસ્યાનું સમાધાન કેવી રીતે કરે, એને કંઈ સમજાતું ન હતું.

જ્યારે કાંઈ ન સૂઝ્યું તો વેપારી ધર્મશાળા તરફ ચાલી નીકળ્યો વિચાર્યું કે ધર્મશાળાના માલિક પાસે કાંઈક મદદ માંગું.

ધર્મશાળાના દરવાજે એક અલગારી ફકીર બેઠો હતો. તે ઘણા સમયથી વેપારીને જોઈ રહ્યો હતો. વેપારી નજીક આવ્યો, તો ફકીરે એને પૂછ્યું, "શું મુશ્કેલી છે ?"

"બાબા, ઊંટની સંભાળને લઈને પરેશાન છું." વ્યાપારી એ

કહ્યું, "પાંચ ઊંટ છે, જેને બાંધવા માટે પાંચ રસ્સીઓ હતી. એક રસ્સી રસ્તામાં ક્યાંક ખોવાઈ ગઈ. ચાર ઊંટ બાંધી દીધા, હવે પાંચમાં ઊંટને કેવી રીતે બાંધુ ? જનવર છે, બાંધ્યું નહીં તો રાત્રે ક્યાંક જતું ન રહે."

ફકીર હસ્યો પણ વેપારી એના હાસ્યનો અર્થ ન સમજ્યો.

હસ્યા પછી ફકીરે પૂછ્યું, "હવે શું કરીશ ?"

"ધર્મશાળાના માલિક પાસે રસ્સી માંગું છું."

"એની કોઈ જરૂર નથી. જાવ, પાંચમાં ઊંટને એ રીતે જ બાંધો જેમ ચાર ઊંટોને બાંધ્યા છે."

"પણ રસ્સી...."

"મેં કહ્યુંને રસ્સીની કોઈ જરૂર નથી. જાવ, કલ્પનાની રસ્સીથી ઊંટને બાંધી દો. એટલે કે ખાલી બાંધવાનો અભિનય કરો. એ જ રીતે જે રીતે હંમેશા તુ એને બાંધે છે. પછી એ ક્યાંય નહીં જાય."

વેપારીએ ફકીરની વાત માની લીધી અને પાછો જઈને ઊંટને કાલ્પનિક રસ્સીથી બાંધવા લાગ્યો. એણે એવો જ અભિનય કર્યો જાણે સારથી રસ્સીથી એને બાંધી રહ્યો હોય. ઊંટના ગળામાં રસ્સીનો કાલ્પનિક ફંદો નાખ્યો. પછી રસ્સીનો બીજો છેડો ઝાડ સાથે બાંધી દીધો અને એ જોઈને વેપારીના આશ્ચર્યનો પાર ન રહ્યો કે એ કાલ્પનિક રસ્સીથી બાંધતા જ ઊંટ વિશ્વાસથી બેસી ગયું. માલિકે એની આગળ ચારો નાખ્યો તો એ મજાથી ખાવા લાગ્યું.

ફકીરનો આભાર માનીને વેપારી ધર્મશાળામાં ચાલ્યો ગયો. ખાધું-પીધું અને સૂઈ ગયો.

સવાર પડી, વેપારીને હવે એની આગળની મુસાફરીએ જવાનું

હતું. નાહી-ધોઈને અને વાળુ કરીને વેપારી ધર્મશાળાની બહાર આવ્યો બાંધેલા ઊંટ ખોલવા. ઊંટ ઊભા થઈને ચાલી નીકળ્યા. એણે એ ઊંટને પણ હાંક્યુ જેને કાલ્પનિક રસ્સીથી બાંધ્યું હતું. પણ તે ન ઊઠ્યું.

વેપારીએ પહેલા ઊંટને પુચકાર્યું. પછી પંપાળીને એને ઉઠાડવા ઇચ્છયું પણ ઊંટ ન ઊઠ્યું. વેપારીને એના અડીયલપણા પર બહુ ગુસ્સો આવ્યો. એણે એને ડંડા મારવાના શરૂ કરી દીધા. "અરે નીચ, ઉઠતું કેમ નથી ?"

ત્યાં જ ફકરી ત્યાં આવી ગયો, "આ દીન પર કેમ જૂલમ કરે છે ?"

"જુઓને બાબા ! આ કમબખ્ત ઉઠતો જ નથી."

"કેવી રીતે ઉઠે". ફકીર હસ્યા, "તે એને ખૂંટી સાથે બાંધી રાખ્યો છે."

"ક્યાં બાંધી રાખ્યો છે ?"

"અરે ભાઈ ! જો તેં એને રાત્રે બાંધ્યો ન હોત તો એ ક્યાંક જતો રહેત ને, એવું જ તેં કહ્યું હતું."

"હા, કહ્યું હતું."

"પણ ઊંટ ન ગયું કારણ તે બાંધેલું હતું."

"તમે તો જાણો છો કે મેં બાંધવાનો અભિનય કર્યો હતો, રસ્સી તો હતી જ નહીં."

"બિલ્કુલ ઠીક. જેમ બાંધવાનો અભિનય કર્યો હતો. તેવી જ રીતે છોડવાનો પણ અભિનય કરો, પછી જુઓ તે કેવો ઊઠે છે."

વેપારીએ એવું જ કર્યું. પહેલા ઝાડના થડથી કાલ્પનિક રસ્સીની ગાંઠ ખોલી, પછી ગળામાં પડેલી રસ્સી ખોલવાનો અભિનય કર્યો અને પછી પ્રેમથી ઊંટની પીઠ થપથપાવી."

ઊંટ ન કેવળ ઊઠીને ઊભું થયું. બલ્કે દોડીને પોતાના સાથિયો પાસે જઈ પહોંચ્યું. વેપારી હેરાન.

એણે ફકીર તરફ જોયું, તો એને હસતા જોયો. ફકીર બોલ્યો, "જે રીતે એ ઊંટ અદશ્ય રસ્સીથી બાંધેલું હતું અને ઊઠી રહ્યું ન હતું, એ જ રીતે લોકો રુઢિઓથી બંધાયેલા છે, એટલે એક જ જગ્યા એ પડ્યા છે. ચાલવા નથી ઈચ્છતા, વધવા નથી માંગતા. આ સંસાર એટલા માટે દુઃખી છે, અને કષ્ટમાં છે, કેમ કે રુઢિઓથી બંધાયેલો છે, મનથી બંધાયેલો છે."

એમ કહીને ફકીર ચાલ્યો ગયો અને વેપારી એના શબ્દોમાં સંતાયેલો ગૂઢ અર્થને સમજવાનો પ્રયત્ન કરવા લાગ્યો.

મિત્રો, આ વાર્તાથી આપણને શિક્ષા મળે છે કે -

- આપણી પડતી, દુઃખ અને નિષ્ફળતાઓનું મૂળ કારણ એ જ છે કે આપણે મનથી બંધાયેલા છે. જૂની અને ચીલા-ચાલૂ પરમ્પરાઓ અને રુઢિઓથી ઘેરાયેલા છીએ, એટલે ચાલી શક્તા નથી, ઘસડાઈ રહ્યાં છીએ. એ ઊંટની જેમ રાહ જોઈએ છીએ કે કોઈ આવીને આપણા મનની ગાંઠ ખોલે તો આપણે પણ ચાલીએ, પણ ખોલે કોણ ? બધા બંધાયેલા છીએ અને એ ગાંઠો એ કાલ્પનિક રસ્સી (દોરડા) જેવી છે, જેનું કોઈ અસ્તિત્વ જ નથી.
- જ્યાં સુધી આપણે જૂની, ચીલા ચાલુ પરંપરાઓ અને રુઢિઓથી મુક્ત નહીં થઈએ, ખૂલા મન અને ખૂલા મગજથી વિચારીને આગળ વધવાનો સંકલ્પ નહીં કરીએ, ત્યાં સુધી આપણે પછાત રહીશું, ત્યાં સુધી નિષ્ફળ રહીશું. એટલે મનની ગાંઠો ખોલો અને સ્વતંત્ર થઈને વિચારો, જૂઓ, સમજો, જાણો અને આગળ વધો.
- પોતાના મનથી કાલ્પનિક નિષ્ફળતાનો ભય કાઢો. કારણ આ એ રસ્સી છે આપણે બાંધી રાખે છે અને આપણને આગળ વધતાં રોકી રાખે છે. એ રસ્સીને તોડી નાંખો અને આગળ વધવા માટે કમર કસી લો.

□□□

રાઈનો દાણો

જૉન આલ્ફ્રેડ નામનો એક ઝવેરી હતો. તે પરંપરાગત આભૂષણો બનાવવામાં ખૂબ જ કુશળ તેમજ નિપૂણ હતો. નગરશેઠોને જવાદો રાજઘરાનાના આભૂષણો પણ એની પાસે જ બનાવાતા હતા. તેથી બીજી ઝવેરી કરતા સંપન્ન તેમજ સફળ હતો. એટલે વ્યસ્ત રહેતો હતો કે વેપાર સિવાય બીજે જોવાની નવરાશ એને ન હતી, જ્યારે બીજા ઝવેરી રાત-દિવસ એજ ચિંતામાં રહેતા કે કોઈક રીતે તેમનું અસ્તિત્વ ટકાવી રાખે. તેઓ દરરોજ નવા રસ્તા અપનાવતા પણ જૉનને હલાવી શક્તા પણ ન હતા.

પણ મિત્રો, સમય પરિવર્તનશીલ છે. સમય બદલાયો તો લોકોના વિચારો પણ ઝડપથી બદલાવા લાગ્યા. નવા વિચાર અને નવી દૃષ્ટિને કારણે લોકોની નજર દરેક વસ્તુમાં કાંઈક નવું શોધવા લાગી.

બીજા ઝવેરીઓએ હવાની આ બદલાતી દિશાને પારખીને નવી ધાતુ, નવા પ્રકાર અને નવી ડિઝાઈનના આભૂષણ બજારમાં ઉતારી દીધા. નવી ફેશનના નવા ઘરેણાઓને લોકોએ પસંદ કર્યા અને ચપોચપ એનું વેચાણ થઈ ગયું. પોતાની જ દુનિયામાં ખોવાયેલા જૉનને એના શુભચિંતકોએ એને ચેતવ્યો, પણ જૉને એને ગંભીરતાથી ન લીધું. થવું તો એ જોતું હતું કે તે પણ હવાની દિશાને પારીખને સમય સાથે બદલાયો હોત, પણ ન તેણે હવાની દિશાને પારખી, ન સમય સાથે પગલાં મિલાવ્યા.

એ સિવાય એણે 'નવું નવ દિવસ, જૂનું સો દિવસ' કહીને આ વાતને

હવામાં ઉડાડી દીધી. જૉન સમજી જ ન શક્યો કે પરિવર્તનના આ પ્રવાહમાં તે કહેવત પોતાની કિંમત ખોઈ ચૂકી હતી અને આજે લોકો પરિવર્તનને સ્વીકારી રહ્યાં છે. આજે જમાનો શુદ્ધતા, મજબૂતી, ગેરંટીનો નહીં ફેશનનો છે અને ફેશનની ગેરંટી નથી હોતી. ચંદ્રની કળાની જેમ તે દરરોજ પોતાનો ચહેરો બદલે છે.

પરિણામ ! જૉનના વેપારના તળીયામાં કાણા પડી ગયા અને તે વહાણની જેમ ડૂબવા લાગ્યો. જૉન આશા રાખતો કે વેપાર આજે નહીં તો કાલે ચાલી જશે, પોતાના જૂના આદર્શો અને ડિઝાઈનોમાં જ માથું ખુંપાવતો રહ્યો પણ પરિવર્તનને સ્વીકાર્યું નહીં. પરિણામે એનો વેપાર ઝડપથી નષ્ટ થતો ગયો. જ્યારે જૉનને સમજાયું ત્યાં સુધી બહુ મોડું થઈ ગયું હતું. બીજા વેપારી જૉન કરતાં વધારે પ્રગતિ કરી ચૂક્યા હતા અને બહુ આગળ પણ નીકળી ચૂક્યા હતા. બીજી તરફ બજારમાંથી જૉનને ઓર્ડર મળવાના બંધ થઈ ગયા હતા. કારણ એની શાખ બહુ પડી ભાંગી હતી અને જોત-જોતામાં એક એવો સમય આવ્યો કે એના કારખાના અને શૉ-રૂમને તાળા વાગી ગયા.

જૉન ખરાબ રીતે તૂટી ગયો હતો. એને પસ્તાવો થવા લાગ્યો કે આખરે એ સમય સાથે કેમ ન બદલાયો. એના અર્થ એનામાં દૂરદર્શીતા અને બજારની સમજણ નથી ? આ શંકાએ એના વિશ્વાસને હલાવી નાખ્યો. એને લાગવા માંડ્યું કે નસીબના ચમકતા તારા આપત્તિમાં આવી ગયા છે, એટલે હવે તે જીવનમાં કદી ઉપર નહીં આવી શકે.

ઉગતા સૂર્યની બધા પૂજા કરે છે. જૉનના ભાગ્યનો સૂરજ આથમતો નજરે પડવા લાગ્યો તો વ્યાપારિક સહયોગીઓ અને મિત્રોએ ત્યાં સુધી એનો છેડો ફાડી નાખ્યો. કેવળ પત્નિ મારીયા જ એ ખરાબ સમયમાં એની સાથે હતી. એ સમજદાર અને આત્મવિશ્વાસથી ભરપૂર મહિલા હતી. તે જૉનને સમજાવતી, “આ રીતે નિરાશ થવાની જરૂર નથી. જે રીતે પ્રકાશિત

દિવસ પછી કાળી રાત છે, એ જ પ્રકારે દરેક કાળી રાત પછી શોભની સવાર પણ છે. તું શ્રેષ્ઠ કારીગર છે, તારે નવી રીતે અને નવા જોશથી તારા કામને ફરી શરૂ કરવું જોઈએ.

"ના, મારિયા," જખમી થઈને જૉન કહેતો, "હવે હું કદાચ જીવનમાં કશું કરી ન શકું. વળી તું જુએ છે કે બધાએ આપણી સાથે સંબંધ તોડી નાખ્યા છે. એ લોકોએ પણ, જેના પર આપણને વિશ્વાસ હતો અને જેમના ખરાબ સમયમાં આપણે સૌથી આગળ હતા."

"જૉન, કોઈને દોષ ન આપ. જ્યારે ખરાબ સમય આવે છે ત્યારે પડછાયો પણ સાથ છોડી જાય છે." મારીયા એને સમજાવતા બોલી, "જો જગત આપણી સાથે નથી તો શું થયું, ઈશ્વર તો આપણી સાથે છે. જો, કેટલા દિવસથી તું દેવળમાં નથી ગયો. ચાલ આજે આપણે બંને જણા દેવળમાં જઈએ. મને વિશ્વાસ છે કે પ્રભુ ઈસુ આપણને અવશ્ય સાંભળશે અને કોઈને કોઈ રસ્તો જરૂર પૂરો પાડશે. ઈશ્વરની મહેરબાનીઓ વિષે તારે નિરાશ થવું ન જોઈએ."

પત્નિના સમજાવ્યાથી જૉન મૂરઝાયેલા મનથી એની સાથે દેવળમાં ગયો. ચર્ચમાં ફાધરનું પ્રવચન ચાલતું હતું. પતિ-પત્નિ પણ શ્રોતાઓના સમૂહમાં બેસીને પ્રવચન સાંભળવા લાગ્યા.

ફાધર કહી રહ્યાં હતા, "જો તમને તમારા પર રાઈના દાણા જેટલો વિશ્વાસ હોય તો તમે જીવનમાં સો એ સો ટકા સફળ થઈ શકો છો. મનની દરેક ઈચ્છા પૂરી કરી શકો છો, જે ખોઈ ચૂક્યા છો તેને ફરી મેળવી શકો છો. બસ મુખ્ય વસ્તુ છે - વિશ્વાસ. વધારે નહીં, રાઈના દાણા જેટલો વિશ્વાસ પણ જો તમને તમારા પર છે, તો સાચા પ્રયત્નથી તમે સફળ થઈ શકો છો...."

'વિશ્વાસ' જૉનના મનમાં હલચલ મચી ગઈ. 'રાઈના દાણા જેટલો વિશ્વાસ ! રાઈના દાણા જેટલો આત્મવિશ્વાસ શું વાસ્તવમાં વ્યક્તિને સફળ બનાવી શકે છે ?'

પ્રવચન પૂરું થયા પછી શંકાના સમાધાન માટે જૉન ફાધર પાસે ગયો અને તેમનો હાથ ચૂમીને બોલ્યો, "ફાધર, મારી શંકાનું સમાધાન કરો."

"શું શંકા છે ? પાદરીએ ઉત્સુક્તાથી પૂછ્યું.

"પ્રવચનમાં તમે કહ્યું હતું કે જો કોઈને પોતા પર રાઈના દાણા જેટલો વિશ્વાસ હોય તો તે બધુ જ મેળવી શકે છે, શું એ સાચું છે ?"

"બિલ્કુલ સાચું છે દિકરા," ફાધરે હોઠો પર સૌમ્ય હાસ્ય લાવીને કહ્યું, "વિશ્વાસ જ એક માત્ર જીવનનો .... છે. જેને પોતાની પર વિશ્વાસ નથી તે મૃતપ્રાયા છે. જો તમારામાં રાઈના દાણા જેટલો પણ આત્મવિશ્વાસ છે તો તમે જીવતા છો અને જીવતાજીવત બધું મેળવવાનો પ્રયત્ન કરો છો, મૃત નહીં."

"થેંકયુ ફાધર, થેંકયું વેરી મચ." આત્મવિભોર થઈને જૉન બોલ્યો, "તમારી કૃપાથી મને આજે એક નવી દિશા મળી ગઈ છે. આજથી જીવન પ્રત્યેનો મારો દૃષ્ટિકોણ બદલાઈ ગયો છે. હું હંમેશા ધ્યાન રાખીશ ફાધર કે સફળતાનો મુખ્ય આધાર છે વિશ્વાસ. ભલે પછી તે વિશ્વાસ રાઈના દાણા જેટલો નાનો કેમ ન હોય."

ઘરે પાછા વળતા જૉન વિચારી રહ્યો હતો - 'પોતા પરનો વિશ્વાસ ગુમાવી દેવાથી મારી આ હાલત થઈ છે. હવે ભલે ગમે તે થાય, હું મારા વિશ્વાસની મરવા નહીં દઉં. હું રાઈના દાણાને જોઈને મારો વિશ્વાસ જીવંત રાખીશ.'

ઘેર આવીને તેણે તેની પત્નિ પાસે રાઈનો દાણો માંગ્યો અને કહ્યું, "રાઈના આ દાણાને જોઈને હું મારા વિશ્વાસને જીવંત રાખીશ, નાનકડો આ દાણો જ મને સફળતાના ઊંચા પહાડ પર પહોંચાડશે."

મારિયાએ મનોમન ફાધરનો આભાર માન્યો, જેમણે તેમના

પ્રવચનથી નિરાશામાં ડૂબેલા એના પતિના મનમાં એક નવો ઉત્સાહ, એક નવો ઉમંગ જગાડી દીધો હતો. એની આંખમાં આનંદના આંસુ છલકાઈ પડ્યા. એણે રાઈનો એક દાણો લાવીને પતિને આપી દીધો.

જૉને રાઈના દાણાને સંભાળીને પોતાની પાસે રાખી દીધો. હવે એક નવી સમસ્યા ઊભી થઈ ગઈ કે રાઈનો દાણો એ જ ખોવાઈ જતો.

તેણી જૉને મારિયા પાસેથી ઘણા રાઈના દાણા લીધા અને તે મને એની ઘડિયાળ, વીંટી અને બ્રેસલેટ વગેરેમાં જડી દીધા, જેથી રાઈના દાણા કાયમ એની આંખ સામે રહે અને એનો આ વિશ્વાસ ઉત્તરોત્તર દઢ થતો રહે કે એને વિશ્વાસ છે કે એ યોગ્ય છે કે એકવાર ફરી સફળ થઈ શકે છે.

જૉને પોતાના જે ઘરેણાઓમાં રાઈના દાણા જે ઢંગથી જડ્યા હતા. તેમની આભા પહેલા કરતા વધારે નિખરી ઊઠી હતી. તે પોતે મોહિત હતો તેના એ આભૂષણોને જોઈને.

એક દિવસ જૉનના મનમાં વિચાર આવ્યો કે રાઈ જડિત ઘરેણા જોવામાં સુંદર અને અદ્દભૂત લાગી રહ્યાં છે. તેથી હીરા-ઝવેરાતના બદલે રાઈના દાણા જડિત જવેલરી બનાવીને કેમ ન વેચાય. બસ, પછી શું હતું. એણે એ જ દિવસથી તેના એ વિચાર પર કામ કરવાનું શરૂ કરી દીધું.

એ દિવસોમાં નગરમાં એક વેપાર પ્રદર્શન લાગ્યું. જૉને પોતાની અદ્દભૂત જવેલરીને ત્યાં પ્રદર્શિત કરવાનો નિર્ણય લીધો અને પ્રદર્શનમાં એક સ્ટૉલ બૂક કરાવી દીધો. પોતાના સ્ટોલ પર એણે એક બોર્ડ મૂકાવ્યું જેમાં લખ્યું હતું - **'વિશ્વાસની પ્રતિક રાઈના દાણાવાળી જ્વેલરી.'**

એની સાથે એણે બાયબલમાં છાપેલ કલમની ફેટોકોપી પણ ચોંટાડી દીધી. જ્યારે લોકોએ પવિત્ર બાઈબલની એ પંક્તિઓ વાંચી કે રાઈના દાણા

જેટલો વિશ્વાસ પણ તમને સફળ બનાવી શકે છે, તો રાઈની જ્વેલરી પ્રત્યે લોકોનું આકર્ષણ, શ્રદ્ધા અને વિશ્વાસ એવો ઉમટ્યો કે બધી જ્વેલરી ચપોચપ વેચાઈ ગઈ અને જૉનને હજારો ડૉલરનો ફાયદો થયો એનાથી એના ઉત્સાહ અને વિશ્વાસમાં અભૂતપૂર્વ વૃદ્ધિ થઈ. રાઈ જડિત જ્વેલરીની માંગ વધવા લાગી, તો જૉને શહેરમાં પહેલી દુકાનની સરખામણીમાં એક વધુ મોટી દુકાન ખોલી. ધીરે ધીરે નહીં પણ બહુ ઝડપથી તે ફરી સફળ અને સમૃદ્ધ થતો ગયો.

મિત્રો, આ વાર્તાથી આપણને એક નહીં અનેક શિક્ષા મળે છે -

- વ્યક્તિ દીર્ઘદૃષ્ટિથી કામ કરે, વેપાર કરતા મન, મસ્તક અને આંખો ખૂલી રાખે.
- સમય સાથે બદલાની વ્યક્તિ ક્યારેય પણ કોઈ પણ ક્ષેત્રમાં પરાજિત થતો નથી.
- વ્યક્તિએ રુઢિચુસ્ત બનવું ન જોઈએ.
- હંમેશા નવું વિચારવું જોઈએ. કામ ભલે જૂનું હોય, પણ સમયની માંગ અનુસાર એનામાં પરિવર્તન કરીને એને નવી રીતે કરવું જોઈએ.
- તેમ છતાં જો કોઈ કારણોસર વ્યક્તિ વિપરીત પરિસ્થિતિઓમાં ઘેરાય જાય તો એણે નિરાશ થવું ન જોઈએ, ભૂલથી પણ પોતાની યોગ્યતા પર અવિશ્વાસ કરવો ન જોઈએ.

જો તમે પણ જૉનની જેવી પરિસ્થિતિમાં ઘેરાય ગયા છો, તો નિરાશ ના થાવ. બેસો, વિચારો અને જુઓ કે તમે ક્યાં ક્યાં અને કઈ કઈ ભૂલો કરી છે. એ ભૂલોને સુધારો અને એક નવા જોશ સાથે, એક નવા વિશ્વાસ સાથે ફરી કામ શરૂ કરો. બે હજાર વરસથી બાયબલ સાચું તો કહી રહ્યું છે. જો તમારામાં રાઈના દાણા જેટલો વિશ્વાસ છે તો તમે અવશ્ય સફળ થશો.

□□□

વિશ્વાસ દૃઢ રાખો સોનેરી તક તમારી હશે

એક છોકરી હતી - મિલેની.

સામાન્ય બાળકોની જેમ તેનું પણ એક સ્વપ્ન હતું, બેલે ડાન્સર બનવાનું. આ સ્વપ્ન તે એમજ જોતી ન હતી. એની અંદર એક ઉત્તમ બેલે ડાન્સર છુપાયેલી હતી. કુદરતે એના શરીરમાં લચક પણ જબરદસ્ત આપી હતી, એની અંદર સમાયેલી નર્તકી એને બેલે નૃત્ય કરવા માટે ઉકસાવી રહી હતા.

મિલેની નૃત્ય કરતી તો માતા-પિતા એના સ્ટેપ જોઈને ચકિત થઈ જતા. કોઈપણ જાતના શિક્ષણ વગર આવુ સુંદર નૃત્ય. તેઓ વિચારવા લાગતા - 'અમારી દિકરીમાં નૃત્ય પ્રતિભા સંતાયેલી છે, જેને ઉભારીને દુનિયા સમક્ષ લાવવી જોઈએ.' મિલેની પણ એ જ ઈચ્છતી હતી. તેથી નક્કી થયું કે મિલેની બેલે ડાન્સર બનશે.

માતા-પિતાએ આજ દિશામાં પ્રયત્નો શરૂ કરી દીધા.

તેઓ તેને લઈને એક પ્રશિક્ષણ કેન્દ્રમાં પહોંચ્યા અને બેલે પ્રશિક્ષકને મિલેનીની પ્રતિભા વિષે જણાવ્યું, સાથે એને નૃત્યનું શિક્ષણ આપવાનો અનુરોધ પણ કર્યો.

શિક્ષકે મિલેનીનું નૃત્ય જોયું, પણ તેણે મિલેનીને વધારે મહત્ત્વ આપ્યું નહીં અને તેના બીજા કામોમાં લાગુ રહ્યો. મિલેની નૃત્ય કરતી રહી. એના માતા-પિતાના કાન શિક્ષક દ્વારા મિલેનીને મળનારી પ્રશંસા ના બોલ સાંભળવા તરસતા રહ્યાં.

તેમની બધી આશાઓ ત્યારે ધરાશાયી થઈ ગઈ જ્યારે શિક્ષકે શુલ્ક સ્વરમાં કહ્યું, "ના, તું બેલે ડાન્સર નથી બની શક્તી. તારા શરીરમાં એવી લચક જ નથી, જેવી બેલે ડાન્સમાં હોવી જોઈએ. મારી સલાહ છે કે આ ક્ષેત્રમાં સમય ખરાબ કરવા કરતાં તું કાંઈક બીજું બનવાની વાત વિચાર."

મિલેની ના પગલા અટકી ગયા. ઉત્સાહ મરી ગયો. આંખોમાં આંસુઓ છલકાઈ આવ્યા.

એણે વિચાર્યું પણ ન હતું કે એનું નાજુક સ્વપ્ન આ રીતે તૂટી જશે. આવી હતી તે નિખરવા પણ વિખરાઈને ઘેર પાછી ગઈ. બધા દુઃખી હતા, કેળવ સમય હસતો હતો. એટલા માટે કે સમય જ જાણતો હતો કે મિલેનીએ સફળતાનો એક નવો ઈતિહાસ રચવાનો હતો.

એ પછી મિલેનીએ કદી નૃત્ય ન કર્યું.

સમય વિતતો ગયો.

મિલેની ભણી-ગણીને એક સ્કૂલમાં શિક્ષીકા બની ગઈ. એ સ્કૂલમાં બેલે નૃત્યનું પ્રશિક્ષણ પણ આપવામાં આવતું હતું.

મિલેની નાની-નાની બાળાઓને બેલે ડાન્સ કરતા જોતી તો એને પોતાનું બાળપણ યાદ આવી જતું. જ્યારે પણ દબાયેલી પ્રતિભા પાંખો ફફડાવતી તો મિલેનીના પગ થરકવા લાગતા. મન મારીને તે પોતાના થરકતા પગોને રોકી લેતી. વર્ષો પહેલા બેલે પ્રશિક્ષક દ્વારા કહેલી વાત એના મનમાં ગૂંજી ઊઠતી, "તું બેલે ડાન્સર નથી બની શક્તી. તારા શરીરમાં એવી લચક જ નથી, જેવી બેલે ડાન્સરમાં હોવી જોઈએ."

અને ત્યારે.... ત્યારે મિલેનીની આંખોમાં આંસૂ ઉમટી પડતા આંખ રડતી, આત્મા તડપતો અને હૃદયમાં ડંખ ઉઠતો.

એક દિવસ સમયે પલ્ટી ખાધી અને મિલેનીની પ્રતિભાને પાંખ મળવાની ઘડી આવી ગઈ.

થયું એવું કે એક દિવસ સ્કૂલની નૃત્ય પ્રશિક્ષીકા કોઈ કારણસર સમય સર સ્કૂલ ન આવી શકી. એ દિવસે નૃત્ય શિખવવાનો પીરિયડ મિલેનીને સોંપવામાં આવ્યો. દોષીત રીતે એ પીરિયડમાં મિલેનીએ કરવાનું કામ એ હતું કે છોકરીઓને બેસાડી રાખે જેથી ખાલી પીરિયડમાં તેઓ આમ-તેમ ન ફરે.

તક મળી તો પ્રતિભા જોશમાં આવી ગઈ.

મિલેની વર્ગમાં જઈને બાળકીઓને નૃત્ય શિખવતા-શિખવતા પોતે નૃત્ય કરવા લાગી.

નૃત્ય કરતા કરતા તે સુધ-બુધ ખોઈ બેઠી. એને એટલી પણ ખબર ન પડી કે વિદ્યાલયની ડાંસ ટીચર સ્કૂલે પહોંચી ગઈ છે અને ક્લાસ રૂમના દરવાજા આગળ ઊભી રહીને આશ્ચર્યચકિત નજરે મિલેનીને જોઈ રહી હતી.

"ઓહ ગોડ ! આટલું અદ્દભૂત પરફોર્મન્સ ! આટલી અદ્દભૂત પ્રતિભા !" શિક્ષીકાની આંખમાં આનંદના આંસુ તરવરવા લાગ્યા. એના ચહેરા પર એવોજ આનંદ છલકાઈ રહ્યો હતો જેવો કોઈને અચાનક જ ધૂળમાં પડેલો હીરો મળી ગયો હોય.

તે દોડીને ક્લાસરૂમમાં ગઈ અને મિલેનીને બાહુપાશમાં જકડીને બોલી, "કમાલ કરી નાખી મિલેની, તું તો બહુ સારી બેલે ડાન્સર છો."

નૃત્યની લય તૂટી, તો જાણે મિલેનીને ભાન થયું, "સ.... સૉરી મેડમ !"

"કઈ વાતની સૉરી" ડાંસ ટીચર આનંદથી બોલી ઉઠી, "મિલેની હું નહોતી જાણતી કે તારી અંદર આટલી શ્રેષ્ઠ બેલે ડાન્સર સંતાયેલી છે.

અરે તું તો હીરો છે હીરો.''

મિલેની અચંભિત ! સમજી જ ન શકી કે શું થયું છે.

અને પછી તે નૃત્ય શિક્ષિકા મિલેનીને પોતાના ડાંસ માસ્ટરની પાસે લઈ ગઈ. દુનિયા સાક્ષી છે કે એ પછી મિલેનીએ પાછું વાળીને જોયું નથી. એક દિવસ એ દુનિયાની સર્વશ્રેષ્ઠ બેલે ડાન્સર બની.

આજે પણ મિલેનીની ગણતરી દુનિયાની સર્વશ્રેષ્ઠ બેલે નૃત્યાંગનાઓમાં થાય છે.

આ વાર્તાથી આપણને શિક્ષા મળે છે કે -

◆ જો તમારામાં પ્રતિભા છે, તમારું મન કોઈ સારા કામ માટે આંદોલિત છે, તો કોઈના હતોત્સાહિત કર્યા છતાં પોતાની પ્રતિભાનું ગળું ન દબાવશો, આવી પરિસ્થિતિઓને પડકાર તરીકે સ્વીકાર કરો. નક્કી સોનેરી કાલ તમારી હશે.

□□□

લોકો સાથે જોડાવ અને જોડો

આચાર્ય વિનોબા ભાવે સંત અવશ્ય હતા, પરંતુ તેઓ વૈરાગી અથવા એકાકી ન હતા. એ દિવસોમાં દેશ આઝાદ થયો ન હતો. ઠેર ઠેર આઝાદી માટે આંદોલન થઈ રહ્યાં હતા. તેમ છતાં ક્યાંક ક્યાંક લોકોમાં એકતાનો અભાવ હતો. આવામાં આચાર્ય વિનોબા ભાવે લોકોને તેમના અનોખા અંદાઝમાં નવા-નવા દેશભક્તિ અને એક્તાના સંદેશ આપતા હતા, જેથી સમાજમાં ક્રાંતિની મશાલ વધારે તેજ થઈ શકે.

એક દિવસ કોઈક વિદ્યાલયના કેટલાક વિદ્યાર્થીઓ વિનોબાજીને મળવા એમના આશ્રમમાં આવ્યા. આચાર્યજીને યુવાન પેઢી પાસે બહુ આશાઓ હતી કે તેઓ દેશ અને સમાજ માટે કાંઈક કરશે. એમણે એ વિદ્યાર્થીઓને કાગળના કેટલાક ટૂકડાં આપીને કહ્યું, "આ સંસારનો નક્શો છે જે કોઈની ભૂલથી ફાટી ગયો છે. કોઈએ એના ટૂકડા કરી નાખ્યા છે. તમે બધા ભણેલા બુદ્ધિશાળી છો, તેથી આ નકશાને જોડીને બતાવો."

વિદ્યાર્થીઓએ નકશાને લઈને જોડવા બેસી ગયા, પણ ઘણા પ્રયત્નો પછી પણ નકશો જોડી શક્યા નહીં.

આચાર્યજી પાસે એક બીજો યુવક બેઠો હતો. વિદ્યાર્થીઓના નિષ્ફળ ગયા પછી એણે હિંમત કરીને આચાર્યજીને અનુરોધ કર્યો, "આચાર્યજી જો તમારી આજ્ઞા હોય તો હું પ્રયત્ન કરું?"

"કેમ નહીં ?" આચાર્ય વિનોબા ભાવે બોલ્યા, "દુનિયા બધાની છે

અને એને જોડવાનો પ્રયત્ન કોઈપણ કરી શકે છે. પ્રયત્ન કરો."

મંજૂરી મેળવીને યુવકે કાગળના એ ટૂકડાનું નિરીક્ષણ કર્યું તો એની આંખમાં ચમક આવી ગઈ.

પછી આંખના પલકારામાં એણે દુનિયાનો નકશો જોઈને આચાર્યજી સામે રાખી દીધો.

બધા વિદ્યાર્થીઓ હેરાન થયા અને આચાર્ય વિનોબા ભાવે પણ યુવકની બૌદ્ધિક કુશળતાની પ્રશંસા કરતા વિનોબાજીએ પૂછ્યું, "તેં આટલી જલ્દી આ નકશાને કેવી રીતે જોડી દીધો ?"

"મેં નકશાને જોડવાનો કોઈ પ્રયત્ન જ નથી કર્યો ગુરુજી"

"પછી ?"

"મેં જોયું કે નકશાની પાછળ એક માણસનો ચહેરો છપાયેલો હતો. મેં નકશાની પાછળ છપાયેલા માણસને જોડ્યો તો નકશો પોતાની મેળે જોડાઈ ગયો."

"શાબાશ !" આચાર્યજીએ એની પીઠ થપથપાવી અને વિદ્યાર્થીઓ તરફ ફરીને બોલ્યા, "મારા બાળકો, આજ છે રાષ્ટ્રીય એક્તા અને આઝાદીનો મૂળ મંત્ર. જો દેશ-દુનિયાને અખંડ રાખવી છે, જો સ્વતંત્ર બનવું છે તો માણસને જોડો. માણસથી માણસ જોડાશે તો દુનિયા પોતાની મેળે જોડાઈ જશે."

આ વાર્તાથી આપણને શિક્ષા મળે છે -

- દેશમાં એક્તા ત્યાં સુધી જ ટકી શકે છે જ્યાં સુધી માણસ માણસથી જોડાયેલો હોય.

- અનેક્તામાં એક્તાનું મૂળ પણ અજ છે માણસ માણસથી જોડાયેલો છે.
- ડગલે ને પગલે માણસને માણસની જરૂર પડે છે, કોઈ એકલો માણસ સફળતાની ઊંચાઈએ નથી પહોંચી શક્તો.
- સફળતા એજ મેળવે છે, જે બીજા સાથે જોડાય અને બીજાઓને પોતાની સાથે જોડતા જાણે છે.
- બધા સફળ વ્યવસાયીઓની સફળતાનું રહસ્ય પણ આજ છે. કે એમણે લોકોને પોતાની સાથે જોડ્યા. જેમ જેમ લોકો એમની સાથે જોડાતા ગયા તેમ-તેમ તેઓ પણ સફળતાના નવા શિખરો મેળવતા ગયા અને આ મૂળમંત્રની સફળતાનું તાજું ઉદાહરણ સ્વર્ગીય ધીરુભાઈ અંબાણી છે.

એટલે જો તમે પણ જીવનમાં સફળ થવા ઈચ્છો છો તો લોકો સાથે જોડાવ અને તેમને પણ તમારી સાથે જોડો - ***આ જ છે સફળતાનો મૂળ મંત્ર.***

□□□

મુશ્કેલીઓ બતાવીને પોતાની કિંમત ન ઘટાડો

એક મલ્ટીનેશનલ કંપનીને માર્કેટિંગ એક્ઝીક્યુટિવની આવશ્યક્તા હતી. એ માટે કંપનીએ પેપરમાં જાહેરાત આપી, તો ઘણા ઉમેદવારો ત્યાં પહોંચી ગયા. એ બધાને એક કેબિનની બહાર હોલમાં બેસાડવામાં આવ્યા.

કેબિનમાં ઈન્ટરવ્યુ લેનાર બેઠા હતા.

તેઓ તેમની કેબિનમાં બેઠા-બેઠા હોલમાં ફિટ રહેલા છૂપા ક્લોઝ સર્કિટ કેમેરાથી પ્રત્યેક ઉમેદવારની ગતિવિધિઓ ઝીણવટથી જોઈ રહ્યાં હતા.

કોઈ ઉમેદવાર બેચેનીથી વારંવાર ઘડીયાળ જોઈ રહ્યો હતો, કોઈ પરેશાનીમાં માથું ખજવાળી રહ્યો હતો, કોઈ મૂરઝાયેલો હતો તો કોઈ શંકાશિલ.

કેવળ એક યુવક ખૂબ જ આત્મવિશ્વાસથી બેઠો હતો. એકદમ તણાવમૂક્ત.

સાક્ષાત્કારકર્તાઓ એ ઉમેદવારોના હાવ ભાવથી એમની માનસિક સ્થિતિ સમજીને તેમને વારાફરથી કેબિનમાં બોલાવીને તેમનું ઈન્ટરવ્યુ લેવાનું શરૂ કર્યું.

એક એક કરીને ઉમેદવાર અંદર જતા અને બહાર આવતા ન દેતા.

થોડીવાર પછી એ યુવકનો નંબર આવ્યો, જે આત્મવિશ્વાસથી ભરપૂર હતો.

તે અંદર ગયો.

"તમને ખબર છે ને કે તમે ક્યાં અને શા માટે આવ્યા છો ?"

"જી હા. હું ડીલિયર્સ ડાયમંડ કંપનીમાં માર્કેટિંગ એક્ઝિક્યુટિવની જગ્યા માટે ઈન્ટરવ્યુ આપવા આવ્યો છું."

"અમે જાહેરાતમાં ખૂલાસો કર્યો હતો કે પસંદ કરાયેલા ઉમેદવારને પાંચ લાખ રૂપિયા વાર્ષિક આપવામાં આવશે. શું તમે તેની સાથે સંમત છો ?"

"ના. શ્રીમાન."

"ના ! પસંદગીકાર ચોંક્યા."

એક જણાએ પૂછ્યું, "તમે છતાં તમે ઈન્ટરવ્યુ આપવા આવ્યા. ખેર, આવી ગયા છો તો બતાવો તમે કેટલા પગારની અપેક્ષા રાખો છો ?"

"પહેલી વાત, હું એટલા માટે આવ્યો, કેમ કે નોકરીના બજારમાં મારી સાચી કિંમત આંકવા માંગતો હતો. બીજી વાત, હું જોવા માંગતો હતો કે કંપની યોગ્યતાનું માન રાખે છે કે નહીં ?" ઉમેદવારે જવાબ આપ્યો, "મને પગાર જોઈએ - સાત લાખ પચાસ હજાર રૂપિયા વાર્ષિક."

"બે લાખ પચાસ હજાર રૂપિયા વધારે કેમ ? એવી કઈ વિશેષતા છે તમારામાં ?"

"સાહેબ, માર્કેટિંગ એક્ઝિક્યુટીવનું વેતન પાંચ લાખ રૂપિયા વાર્ષિક ઠીક છે, પરંતુ આ રકમ સાધારણ રીતે કામ કરનાર માટે જ યોગ્ય છે. પોતાનો બધો ઉત્સાહ, ઝનૂન, ગાંડપણની હદ સુધી કંપની માટે સમર્પિત થઈને સારું પરિણામ આપવાવાળા માટે સાત લાખ પચાસ હજાર રૂપિયા વાર્ષિકથી ઓછું

કોઈપણ રીતે વ્યાજબી નથી."

એ યુવકની વાત સાંભળીને પસંદગીકારોની આંખો ચમકી ઊઠી.

વાસ્તવમાં એમને એના જેવા જનૂની, સમર્પિત, મહત્વાકાંક્ષી તથા આત્મવિશ્વાસથી ભરેલા યુવકની જ શોધ હતી. પસંદગીકારો એ આંખો દ્વારા જ સંમતિ દર્શાવી અને એ યુવકની પસંદગી કરી લીધી.

મિત્રો વાર્તાથી આપણને શિક્ષા મળે છે કે -

- પોતાની કિંમત કદી જ ઓછી આંકવી ન જોઈએ.
- હજારો મુશ્કેલીઓ આવવા છતાં પોતાની મુશ્કેલીઓને ચેહરા પર દર્શાવવી ન જોઈએ.
- પોતા પર વિશ્વાસ અને આક્રમક ઉત્સાહથી ભરેલો કોઈપણ વ્યક્તિ સામેવાળાને અવિશ્વસનીય સીમા સુધી પ્રભાવિત કરી શકે છે.

હંમેશાં યાદ રાખો - કોઈપણ પરિસ્થિતિ હોય, ગમે તેવી મુસીબત આવે, ગમે તેવી મુશ્કેલીઓ કે અભાવ કેમ ન હોય, ક્યારેય પણ નિરુત્સાહિત ન થાવ. ક્યારેય પણ, ક્યાંય પણ રડતા ચહેરે ન જાવ, પોતાની મુશ્કેલીઓ બીજાની આગળ જાહેર ન કરો. પોતાને નસીબનો મારેલો અથવા વામન સાબિત કરવાનો પ્રયત્ન ન કરો, એવું કરવાથી તમારી શક્તિઓ, ક્ષમતાઓ તથા યોગ્યતાઓનું મૂલ્ય ઘટી જાય છે.

□□□

મહાવીર સ્વામીનું અદ્‌ભૂત ક્ષમાદાન

એક સમયની વાત છે. મહાવીર સ્વામી એક ઘટાદાર વૃક્ષ નીચે ધ્યાન - સાધનામાં લીન હતા. ઉપવનમાં જાત જાતના ફળોના વૃક્ષ હતા. જે વૃક્ષ નીચે સ્વામીજી બેઠા હતા, એની પાસે જ આંબાનું એક ઝાડ હતું, જેના પર લીલા-પીળા ફળો લાગ્યા હતા.

અચાનક કેટલાક બાળકોએ ઉપવનમાં પ્રવેશ કર્યો. એમની ઝોળીમાં પત્થર હતા અને નજર આંબાના ઝાડ પર લટકી રહેલા પાકા ફળો પર હતી.

ઝાડ પાસે પહોંચીને બાળકો થોડાક અંતરે ઊભા રહ્યાં અને ઝોળીમાંથી પત્થર કાઢીને પાકેલી કેરી પર નિશાન તાકવા લાગ્યા. મોટા ભાગના પત્થર કેરી પર તો ન લાગ્યા, પણ આમ-તેમ જઈ પડ્યા. કોઈ બાળકનો પત્થર એક પાકેલી કેરી પર વાગ્યો, તરત જ કેરી તૂટીને નીચે પડી.

બાળકે આનંદથી ચીસો પાડતા દોડીને કેરી ઉઠાવી લીધી.

એની આંખો એના વિજય અને પ્રસન્નતાથી ચમક્વા લાગી. મહેનતનું ફળ મીઠું હોય છે. બાળકને પણ એની મહેનતનું મીઠું ફળ મળી ગયું હતું.

ફળ એક બાળકને મળ્યું, ખુશ થઈને બધા ઘોંઘાટ કરવા લાગ્યા. બાળકોના ઘોંઘાટથી સ્વામીજીનું ધ્યાન ભંગ થયું. સ્નેહથી ભરેલી દૃષ્ટિથી તેઓ બાળકોના જોશ, ઉત્સાહ અને તોફાનોને જોવા લાગ્યા.

"આ બાળકો કેટલા માસુમ અને ખુશ છે. બાળકો આમેય ખુશ રહેતા હોય છે, કેરી મેળવીને એમની ખુશી કેટલી વધી ગઈ છે." સ્વામીજી વિચારતા જ હતા તેવામાં એક પત્થર સનસનાટ કરતો એમના માથા પર વાગ્યો.

સ્વામીજીના ગળામાંથી દર્દભરેલી આહ નીકળી ગઈ. માથા પરથી લોહી વહેવા લાગ્યું.

બાળકો ડરી ગયા, ઉત્સાહ ઠંડો પડી ગયો અને એમના ચહેરા ભયથી પીળા પડી ગયા. કેરી તોડવાની ધૂનમાં તેઓ સ્વામીજીને જોઈ જ શક્યા ન હતા.

તેવામાં ઉપવનનો માલિક ત્યાં આવી ગયો.

બાળકોના હાથમાં પત્થર અને સ્વામીજીના માથા પરથી વહેતું લોહી જોઈને તે બધું જ સમજી ગયો.

બધાઈ ગયેલા બાળકો માળીને જોઈને વધારે ભયભીત થઈ ગયા. મારની બીકે પત્થર ફેંકીને તે ભાગવા લાગ્યા, પણ માળીએ એમનાથી ઝડપી દોડીને બે બાળકોને પકડી લીધા. તે તેમને લઈને સ્વામીજીની પાસે પહોંચ્યો અને બોલ્યો, "સ્વામીજી ! આ બાળકો બહુ ઉપદ્રવી છે, તેમને કઠોર શિક્ષા કરો."

"ના, બેટા", સહજ સરળ હાસ્ય હોઠો પર સજાવીને સ્વામીજી બોલ્યા, "એમને છોડી દે. બાળકો ઉપદ્રવ કરે જ છે."

"આ તમે શું કહી રહ્યાં છો સ્વામીજી," માળી નવાઈ પામીને બોલ્યો, "એમણે તમને ચોટ પહોંચાડી છે અને તમે એમને છોડવા માટે કહી રહ્યાં છો, ના, ના સ્વામીજી, એમને શીક્ષા કરો. આ બહુ શેતાન બાળકો છે, કોઈને ગાંઠતા જ નથી. રોજ બાગમાં ચોરીથી આવે છે અને કેરી તોડીને ભાગી જાય છે. આજે તો એમણે તમને જ ઘાયલ કરી દીધા. શીક્ષા તમે નક્કી કરો, શીક્ષા હું આપીશ."

બાળકોને શીક્ષા કરવાને બદલે સ્વામીજી આંખોમાંથી આંસુ વહેવા લાગ્યા.

સ્વામીજીને રડતાં જોઈને બંને બાળકો પણ રડી પડ્યા અને સ્વામીજીના ચરણોમાં બેસીને બોલ્યા, "સ્વામીજી ! અમે દોષી છીએ, અમે તમને ચોટ પહોંચાડી છે એટલે અમને સજા અવશ્ય મળવી જોઈએ. મહેરબાની કરીને અમને શીક્ષા કરો, જેથી હવે પછી અમે એવી ભૂલ ન કરીએ."

સ્વામીજી હસીને બોલ્યા, "મારા બાળકો, હું એ વાત પર નથી રડી રહ્યો કે ભૂલથી પત્થર મને વાગી ગયો અને મારા માથા પરથી લોહી વહી ગયું."

"તો પછી તમે કેમ રડી રહ્યાં છો સ્વામીજી ?" બાળકોએ નાદાનીથી પૂછ્યું.

સ્વામીજી બોલ્યા, "મારા પ્રિય બાળકો, તમે ઝાડ પર પત્થર માર્યો તો એણે તમને બદલામાં મીઠી કેરી ખાવાને આપી, પરંતુ હું કેટલો અભાગી છું કે તમે મને પત્થર માર્યો અને હું તમને કાંઈ પણ ન આપી શક્યો, મારી પાસે એવું કશું નથી કે હું તમને આપી શકું. બાળકો આજ દુઃખથી હું રડી રહ્યો છું, મને માફ કરી દો."

સ્વામીજીની વાત સાંભળીને ભયભીત બાળકો શર્મીન્દા થઈ ગયા અને સ્વામીજીના પગ પકડીને રડવા લાગ્યા.

સ્વામીજી બાળકોના માથે હાથ ફેરવતા બોલ્યા, "મારા પ્રિય બાળકો, ચોરી કરવી પાપ છે.... ઝાડ પર પત્થર મારવો હિંસા છે. વચન આપો કે જીવનમાં ક્યારેય ચોરી અને હિંસાનો માર્ગ નહીં અપનાવો."

સ્વામીજીનો પ્રેમ, સહૃદયતા અને ક્ષમા ભાવના જોઈને બાળકો રડતા રહ્યાં. એમણે સ્વામીજીના ચરણોને પકડીને કહ્યું, "અમે વચન આપીએ છીએ આજ પછી ક્યારેય પણ ચોરી અને હિંસાનો માર્ગ નહીં અપનાવીએ."

સ્વામીજીનો ઉપદેશ સાંભળીને બાળકોની સાથે માળી પણ તેમના ચરણોમાં નમી પડ્યો.

મિત્રો આ વાર્તાથી આપણને શિક્ષા મળે છે -

- સદા કશું આપવાનો ભાવ વ્યક્તિના મનમાં રહેવો જોઈએ અને જો કોઈને ક્ષમાદાન આપવામાં આવે તો એનાથી મોટો ઉપહાર અને દયાળુતા કોઈ નથી.
- બાળકો ઉદંડ હોય છે, જો એમનામાં ચંચળતા ન હોય તો તે બાળક શેના ! સ્વાભાવિક છે કે ચંચળ મન નાદાનીમાં ભૂલો અને અપરાધ પણ કરી બેસે છે. તેથી બાળકો પ્રત્યે હિંસાનો ભાવ ન અપનાવીને એમને સમજાવી ફોસલાવીને નેકીના રસ્તા પર ચાલવાનું શિક્ષણ આપવું જોઈએ.

□□□

તક ગુમાવી, નસીબ હાથમાંથી સરી ગયું

એક સમયની વાત છે. જંગલમાં સુંદર તળાવના કિનારે એક વિશાળ વૃક્ષ હતું. એ વૃક્ષ પર વાંદરાઓનું રાજ હતું. તોફાની વાંદરાઓના ભયથી બીજું કોઈ પક્ષી શુદ્ધાં એ વૃક્ષ પર બેસતા ન હતા.

એક દિવસ એક મહર્ષિ અને એક રાજકુમાર જેવા એ વૃક્ષના નીચે આવીને બેઠા, વાંદરાઓએ પોતાના સ્વભાવ પ્રમાણે તોફાન કરવાનું શરૂ કરી દીધું.

કંટાળીને મહર્ષિઓ વાંદરાઓને પૂછ્યું, "તમે આટલું તોફાન કેમ કરો છો ? કોઈ વહેમાર્ગુને શાંતિથી આરામ પણ કરવા દેતા નથી ?"

વાંદરાઓના સરદારે ઉપેક્ષાથી કહ્યું, "એટલે કે અમને માણસ જાતની ઈર્ષ્યા છે. ઈશ્વરે તમને સુંદર અને આનંદી બનાવ્યા છે અને અમને કદરૂપા અને ઢંગ વગરના."

"એમાં ભગવાનને દોષ દેવો ન તો ઉચિત છે કે ન તો કોઈ લાભ છે. જે જેવું કર્મ કરે છે, જેવી આસ્થા રાખે છે એને એવું જ ફળ મળે છે." મહર્ષિએ સમજાવ્યું. "ભગવાન બધાને જીવન સુધારવાની સરખી તક આપે છે, પણ કોઈ એને ઓળખી લે છે અને કોઈ નહીં. તક ઝડપી લેનાર ફાયદામાં રહે છે અને તક ગુમાવી દેનાર જીવનના છેલ્લા શ્વાસ સુધી ખોટ અને પસ્તાવામાં."

વાંદરાના સરદારે ચિડાઈને કહ્યું, "અમે નથી માનતા કે ભગવાન બધાને તક આપે છે, આ બધું બકવાસ છે."

"માનો કે ન માનો, તમારી મરજી." કહીને મહર્ષિ પાસેના બીજા વૃક્ષ નીચે જઈને બેસી ગયા અને રાજકુમારને પણ ત્યાં બોલાવી લીધો.

ઈશ્વરે તેની લીલાનું જાણે પ્રમાણ આપ્યું હોય, થોડીવાર પછી જ આકાશવાણી થઈ - "હે વાનરો થોડીવાર પછી આકાશમાં ક્ષણવાર વીજળી ચમકશે. એજ ક્ષણે જે વાંદરો અથવા વાંદરી તળાવમાં કૂદી જશે, તે વાનર કાંતિવાન પુરૂષ તથા વાનરી અપ્સરા જેવી સુંદર સ્ત્રી બની જશે. જે પણ વાનર આ યોનિથી મુક્તિ મેળવવા ઈચ્છે તે આ એક ક્ષણનો લાભ ઉઠાવે. આ ચમત્કારિક તક જીવનમાં ફરી નહીં આવે."

બધા વાંદરાઓ આશ્ચર્યચકિત થઈ ગયા. બધાની દૃષ્ટિ આકાશ તરફ ઉઠી. મનમાં ઘણા પ્રશ્નો ઉઠવા લાગ્યા - "ક્યાંથી થઈ આ આકાશવાણી ? કોણે કરી આ આકાશવાણી ? કેમ કરી ? શું એવું થશે ? શું ખરેખર આકાશમાં પવિત્ર વિજળી ચમકશે અને શું એ ક્ષણે તળાવમાં કુદવાવાળા વાંદરા વાસ્તવમાં પુરૂષ અથવા સ્ત્રી બની જશે ?"

બધા વાંદરા આ પ્રશ્નોમાં જ ગુંચવાયા હતા કે આકાશમાં પવિત્ર વિજળી ચમકી અને એજ ક્ષણે એક વાંદરી તળાવમાં કૂદી ગઈ.

બાકીના વાંદરા અને વાંદરીઓ તળાવમાંથી એના નીકળવાની પ્રતિક્ષા કરવા લાગ્યા કે જોઈએ, આકાશવાણી સાચી ઠરે છે કે નહીં.

ક્ષણવાર પછી એમણે જોયું એક અદ્વિતીય સુંદરી તળાવમાંથી બહાર નીકળી રહી છે. આ જોઈને બધાને વિશ્વાસ થઈ ગયો કે આકાશવાણી સત્ય હતી.

બીજી જ ક્ષણે બધા વાંદરાઓમાં તળાવમાં કૂદવાની હોડ લાગી ગઈ. એક પછી એક બધાએ તળામાં છલાંગ લગાવી, પણ

જ્યારે બહાર નીકળ્યા તો વાંદરા જ હતા. ફરી ડૂબકી લગાવી, ફરી જોયું.

ઘણી ડૂબકીઓ મારી પણ રહ્યાં વાંદરાના વાંદરા.

હવે તો બધાના ચહેરા પર ઘોર નિરાશા છવાઈ ગઈ. તેઓ સમજી ગયા કે કાયાકલ્પની આ તક તો કેવળ ક્ષણભર માટે જ ઉપસ્થિત હતી, જેમાં તેઓ ચૂકી ગયા અને હવે આ જીવનમાં એમનું કાયાકલ્પ નહીં થાય.

હાય ! અમે એ અભૂતપૂર્વ અને ચમત્કારિક ક્ષણનો લાભ કેમ ન ઉઠાવ્યો, બધા વાંદરાઓએ હતાશ થઈને પોતાનું માથું પકડી લીધું.

મહર્ષિ તથા રાજકુમાર નજીકના વૃક્ષની નીચે બેઠા બેઠા આ દૃશ્ય જોઈ રહ્યા'તા, એમણે પણ આકાશવાણી સાંભળી હતી. વાંદરાઓને શોક મનાવતા જોઈને મહર્ષિ એમની પાસે જઈને બોલ્યા, "હવે અફસોસ શા માટે કરો છો, આકાશવાણી તમારા બધા માટે થઈ હતી, પછી તમે લોકો સાચા સમયે તળાવમાં કેમ ન કૂદયા ?"

વાંદરાઓમાંથી એકે કહ્યું, "વાસ્તવમાં અમે અવિશ્વાસ અને શંકામાં માર્યા ગયા. પહેલી વાત અમને વિશ્વાસ જ ન હતો કેએ વું થઈ શકે છે. બીજું અમે જોવા માંગતા હતા કે પહેલા કોઈ બીજો કૂદે અને અમે એનું પરિણામ જોઈ લઈએ, પછી પાછળથી તકનો લાભ લઈએ. અમને શું ખબર કે આ સોનેરી તક કેવળ એક ક્ષણ માટે આવી હતી."

હવે મહર્ષિ અને રાજકુમારે એ વાંદરી તરફ જોયું જે સૌંદર્ય અને નારી સુલભ લજ્જાની પ્રતિમૂર્તિ બની ઊભી હતી. એના શરીર પર રાજસી પોશાક અને રત્નજડિત આભૂષણ ઝગમગતા હતા. સ્વાભાવિક રીતે તે કોઈ રાજકુંવરીથી ઓછી લાગતી ન હતી, મહર્ષિએ એને પૂછ્યું, "શું તને વિશ્વાસ હતો કે આકાશવાણી સાચી ઠરશે ?"

"અહીં વાત વિશ્વાસ અથવા અવિશ્વાસની ન હતી, ઋષિવર "પૂર્ણ આત્મવિશ્વાસથી કુમારી બોલી." આકાશવાણીમાં કહેવામાં આવ્યું હતું કે જે પણ વાંદરો કે વાંદરી એ ક્ષણે તળાવમાં કૂદી જશે તે મનુષ્ય યોનિ પ્રાપ્ત કરી લેશે. એ નોં'તું કહેવાયું કે કુતરો-બિલાડી કે કોઈ બીજું જાનવર બની જશે, આકાશવાણી સાંભળતા જ મેં નિર્ણય કરી લીધો હતો કે એક ક્ષણ ગુમાવ્યા વગર હું તળાવમાં કૂદી જઈશ. જો આકાશવાણી સાચી ઠરી તો હું સુંદર મહિલા બની જઈશ, નહિતર વાંદરી જ રહીશ. એટલે મેં તકને હાથમાંથી જવા ન દીધી અને એનું જે સારું ફળ મળ્યું તે તમારી સામે છે."

રાજકુમાર એ સુંદરીની વાતોથી ઘણો જ પ્રભાવિત થયો. એટલે એની સૂઝબૂઝ તથા તકનો લાભ ઉઠાવવાની કળાની દિલ ખોલીને પ્રશંસા કરી અને તત્કાળ એની સંમુખ વિવાહનો પ્રસ્તાવ મૂકી દીધો, જેને સુંદરીએ સહર્ષ સ્વીકાર કરી લીધો. થોડી ક્ષણ પછી તે સુંદરી રાજકુમારના રથ પર સવાર થઈને વાંદરાઓની વસ્તીથી દૂર રાજમહેલ તરફ પ્રસ્થાન કરી ગઈ.

દોસ્તો, આ વાર્તાથી આપણને શિક્ષા મળે છે કે -

- જે લોકો તકને ગુમાવી દે છે તેઓ તાકતા રહી જાય છે અને જે તકને ઓળખીને એનો ઉપયોગ કરે છે અને એનો લાભ ઉઠાવે છે તેઓ સફળતાના ઉંચા મહેલોમાં જઈ વસે છે.
- તક કેવળ ક્ષણવાર માટે ઉપસ્થિત થાય છે.
- તક આવતા વ્યક્તિએ શંકાઓમાં ન ઘેરાઈને એ જ સમયે ઠોસ અને સકારાત્મક નિર્ણય લેવો જોઈએ.
- જે વ્યક્તિ તક ગુમાવી દે છે તે પાછળથી પસ્તાય છે.
- જીવનમાં મળનારી બધી યોગ્ય તકો ને ઓળખો, સ્વીકારો અને એનો સારો લાભ ઉઠાવો, જેથી તમારે ભવિષ્યમાં પછતાવું ન પડે.

□□□

સંકલ્પશક્તિથી મોટી કોઈ શક્તિ નથી

એકવાર એક મહાત્મા તેમના શિષ્યોની શંકાઓનું નિદાન કરી રહ્યાં હતા. શિષ્યો એક એક કરીને પ્રશ્ન પૂછી રહ્યાં હતા અને મહાત્માજી તેના ઉત્તર આપી રહ્યાં હતા. ત્યારે એક શિષ્યએ પૂછ્યું, "ગુરુવર, કહે છે કે સંસારમાં પહાડ સૌથી શક્તિશાળી છે, શું એનાથી પણ શક્તિશાળી કોઈ છે ?"

"હા, વત્સ, લોખંડ છે." ગુરુવર બોલ્યા, "લોખંડ પહાડ કરતાં પણ વધુ કઠોર અને શક્તિશાળી છે, કેમ કે લોખંડની કોદાળીથી પહાડને કાપી શકાય છે."

"તો શું લોખંડ સંસારમાં સૌથી શક્તિશાળી છે ?"

"ના વત્સ, લોખંડથી શક્તિશાળી અગ્નિ છે," ગુરુજી બોલ્યા.

"તે કેવી રીતે ગુરુદેવ ?"

"અગ્નિ લોખંડને ગાળી દે છે. તે પહાડને કાપનારી કોદાળીને પણ ગાળી દે છે."

"એનો અર્થ એ થયો કે અગ્નિ સૌથી શક્તિશાળી છે ?"

"ના વત્સ, જળ અગ્નિથી વધારે શક્તિશાળી છે, કેમ કે જળ અગ્નિને શાંત કરી દે છે."

શિષ્યની ઉત્સુક્તા વધી ગઈ. એણે પૂછ્યું, "ગુરુદેવ, જળથી પણ શક્તિશાળી કોઈ છે ?"

"હા." ગુરુદેવ હસીને બોલ્યા, "જળથી શક્તિશાળી છે સૂર્ય. તે જળને વરાળ બનાવીને ઉડાડી દે છે."

"એનો અર્થ એ થયો કે સૂર્ય સૌથી શક્તિશાળી છે ?"

"ના વત્સ, સૂર્યથી શક્તિશાળી વાદળ છે જે સૂર્યને ઢાંકી દે છે."

"તો પછી વાદળથી પણ તાકતવર કોઈ હશે ?" શિષ્યની ઉત્સુક્તા વધતી જતી હતી.

"હા વત્સ, વાયુ.... વાયુ વાદળથી વધારે તાકતવાર હોય છે તે વાદળોને ઉઠાવી લઈ જાય છે. આમ પણ વાયુને કારણે પૃથ્વી પર જીવન છે, પરંતુ વાયુથી પણ શક્તિશાળી છે મનુષ્યની સંકલ્પશક્તિ. મનુષ્યની સંકલ્પશક્તિથી વધારે શક્તિશાળી કશું નથી."

ગુરુદેવે લાખ રૂપિયાની એક વાત કહી, "જો માણસ સંકલ્પ કરી લે તો પહાડોને કાપીને માર્ગ બનાવી લે છે. લોખંડને ઓગાળીને શસ્ત્ર બનાવી દે છે. અગ્નિ પર કાબૂ મેળવી લે છે. જળ અને હવાના પ્રવાહને વાળી લે છે. એટલે મનુષ્યની સંકલ્પશક્તિને જ સૌથી શક્તિશાળી માનો, કેમ કે તે અસંભવને સંભવ કરી દેખાડે છે."

આ વાર્તાથી આપણને શિક્ષા મળે છે કે -

- મનુષ્યની સંકલ્પશક્તિથી મોટી કોઈ શક્તિ આ સંસારમાં નથી.
- સંસારમાં આજે જેટલી પણ શોધ થઈ છે, તે બધી મનુષ્યની સંકલ્પશક્તિનું જ પરિણામ છે.
- મોટી-મોટી ઈમારતો, આશ્ચર્યકારક કારનામા, આ બધુ મનુષ્યની સંકલ્પશક્તિનું જ પરિણામ છે.
- સંકલ્પના બળ પરજ આજે વૈજ્ઞાનિક ચંદ્ર-મંગળ જેવા ગ્રહો પર ટકોરા મારી આવ્યો છે અને આવનારા વર્ષોમાં સૂર્ય-વિજયની તૈયારીમાં લાગેલા છે. □□□

કઠોરતા તૂટે છે

ચીનના એક મહાન દાર્શનિક હતા કન્ફ્યુશિયસ. એમના હજારો શિષ્ય હતા. તેઓ સદા પોતાના શિષ્યોને કાંઈકને કાંઈક આપવા વ્યાકુળ રહેતા હતા. વાત એ દિવસોની છે જ્યારે તેઓ મૃત્યુશૈયા પર હતા.

જીવનની આ સંધ્યા વેળાએ પણ તેઓ પોતાના શિષ્યોને કાંઈક આપવા માંગતા હતા. તેથી બધા શિષ્યોને તેમણે નજીક બોલાવી લીધા અને કહ્યું, "બાળકો, મારા મોંમાં જુઓ અને જણાવો કે એમાં શું છે ?" કહીને એમણે મ્હોં ખોલી નાખ્યું.

મ્હોં ખાલી હતું.

શિષ્યોએ કહ્યું, "મ્હોં તો ખાલી છે ગુરુજી."

"શું તમને દાંત દેખાય છે ?"

"ના ગુરુજી."

"શું તમને જીભ દેખાય છે ?"

"જી હા, ગુરુજી મ્હોંમાં જીભ છે."

"તો પછી મારા દાંત ક્યાં ગયા બાળકો."

"તૂટીગયા."

"સારું. હવે બતાવો દાંત કેમ અને કેવી રીતે તૂટી ગયા ?"

ગુરુનો આ પ્રશ્ન સાંભળીને શિષ્યો ચૂપ રહ્યાં. શું જવાબ આપે. બધા જાણે છે કે ઘડપણમાં દાંત તૂટી જાય છે. ગુરુદેવ પણ જાણે છે કે ઘડપણના કારણે નબળા પડીને દાંત તૂટી ગયા, પછી આ મુશ્કેલ પ્રશ્ન કેમ પૂછી રહ્યાં છે ?

શિષ્યોને ચૂપ જોઈને કન્ફ્યુશિયસ બોલ્યા, "મારા બાળકો, આજે મારા મ્હોંમાં દાંત નથી. જીભ મારા જન્મ સમયે પણ હતી અને આજે પણ છે, દાંત જન્મના વર્ષ પછી મ્હોંમાં આવ્યા પણ જીભની જેમ મારો સાથ ન નીભાવી શક્યા, તૂટી ગયા. જાણો છો કેમ ?"

"આપ બતાવો ગુરુદેવ" શિષ્યોએ નમ્ર સ્વરમાં કહ્યું.

કન્ફ્યુશિયસ બોલ્યા, "એટલા માટે કે તે કઠોર હતા, ક્રૂર હતા. જીભ નમ્ર છે, કોમળ છે, સહનશિલ છે, એટલે આજે પણ એનું અસ્તિત્વ ટકી રહ્યું છે પણ દાંત નથી. પોતાની કઠોરતાના કારણે જ એમને તૂટવું પડ્યું. યાદ રાખજો, કઠોરતા સદા તૂટે છે અને નમ્રતા સદા ટકી રહે છે. એટલે આને મારા દ્વારા આપેલી છેલ્લાં શિખામણ સમજીને ગ્રહણ કરો કે જીવનમાં જેટલું બની શકે નમ્ર અને સહનશીલ બનવાનો પ્રયત્ન કરજો. દાંતની જેમ કઠોર અને ક્રૂર કદી ન બનશો, નહિતર તૂટી જશો, નષ્ટ થઈ જશો."

મિત્રો, આ વાર્તાથી આપણને શિક્ષા મળે છે કે -

◆ આપણે કદી પણ કઠોરતાનું પ્રદર્શન કરવું જોઈએ નહીં. એમ કહેવાય પણ છે કે જે ઝૂક્તો નથી તે તૂટી જાય છે. દાંત જો કે જીભ પછી મ્હોંમાં આવે છે પણ પોતાની કઠોરતાના કારણે પહેલા તૂટી જાય છે, એટલે જીવનમાં કઠોરતાનું વલણ અપનાવવું ન જોઈએ. નમ્રતા જ સુખી અને લાંબા જીવનનો આધાર છે.

□□□

દુઃખ વહેંચવાનો શ્રેષ્ઠ ઉપાય

જેવો રજાનો ઘંટ વાગ્યો બધા વિદ્યાર્થીઓ પોત-પોતાના દફતર લઈને ઉછળતા - કૂદતા સ્કૂલની બહાર આવી ગયા. એમાં એક વિદ્યાર્થી એવો પણ હતો જે મધ્યમ કદ-કાઠી અને શરીરનો હતો. એણે જોયું સ્કૂલની બહાર એક બાજુ છોકરાઓનું ટોળું છે. ઉત્સુક્તાવશ તે પણ એ તરફ ગયો.

ભીડમાં ઘૂસીને એણે જે દશ્ય જોયું એનાથી એનું રોમ-રોમ કાંપી ઉઠ્યું. એક લાંબો તગડો જુવાન સોટીથી દુબળા-પાતળા છોકરાને મારી રહ્યો હતો. કેટલાક રસ્તે જનાર અને સ્કૂલથી નીકળેલા વિદ્યાર્થી ચૂપચાપ ઉભા રહીને તમાશો જોતા હતા. કોઈની હિંમત ન હતી કે મારવાવાળાને રોકે, પણ તે છોકરો આ અન્યાયને સહન કરી શક્યો નહીં અને આગળ વધીને બોલ્યો, “ઊભા રહો શ્રીમાન.”

સોટી મારવા વાળાના હાથ રોકાઈ ગયા. ફરીને એણે ક્રોધ ભરી નજરોથી તેની તરફ જોયું.

છોકરાએ નમ્રતાથી સવાલ કર્યો, “હું જાણવા માંગું છું શ્રીમાન કે તમે આને હજુ કેટલી સોટી મારવા ઈચ્છો છો ?”

“કેમ પૂછી રહ્યો છે.” ગરજીને તે બોલ્યો, “તને એનાથી શું મતલબ ?”

“જુઓ શ્રીમાન ! હું એટલો શક્તિશાળી તો નથી કે આ છોકરાના પક્ષમાં તમારી સાથે લડી શકું. એનું દુઃખ વ્હેંચવા માટે હું એટલું અવશ્ય કરી શકું છું કે એના મારમાંથી થોડો ભાગ વ્હેંચી લઉ.”

"મતલબ ?"

"હું ઈચ્છું છું કે તમે એને છોડી દો અને જેટલી સોટી હજુ તમે એને મારવા ઈચ્છો છો મારી પીઠ પર મારી લો. એનું દુઃખ મારાથી જોવાતું નથી. એટલે હું એના દુઃખને વહેંચવા માંગું છું." છોકરાએ દફતર એક બાજુ રાખી દીધું અને આગળ વધીને ઘૂટણો પર હાથ રાખીને ઝૂકી ગયો, "લો. મારી પીઠ હાજર છે એના ભાગની બાકીની સોટી મારી પીઠ પર મારીને તમારો ક્રોધ શાંત કરી લો."

મારનાર જુવાન સ્તબ્ધ થઈ ગયો. બાળકનું સાહસ અને એની સંવેદના જોઈને એને પોતા પર બહુ શરમ આવી કે એક એ છે કે જે આ ગરીબ અને નબળા છોકરાને બેરહમીથી મારી રહ્યો છે અને એક આ છે કે એના ભાગની બાકીની સોટી પોતાની પીઠ પર ઝીલવા ઈચ્છે છે. એનું મન આત્મગ્લાનીથી ભરાઈ આવ્યું. એણે એજ સમયે સોટી તોડીને ફેંકી દીધી અને શરમથી માથું ઝૂંકાવીને ત્યાંથી જતો રહ્યો.

ત્યાં ઉપસ્થિત બધા વિદ્યાર્થીઓ તથા રાહગીરોની આંખોમાં એ વિદ્યાર્થી પ્રત્યે પ્રશંસાના ભાવ દેખાવા લાગ્યા. જ્યારે કરુણાથી ભરેલો એ વિદ્યાર્થી મારા ખાધેલા યુવકને સંભાળી રહ્યો હતો.૭

શ્રેષ્ઠ રીતે બીજાનું દુઃખ વહેંચવાવાળો એ વિદ્યાર્થી આગળ જતાં અંગ્રેજીના સુપ્રસિદ્ધ કવિ લોર્ડ બાયરનના નામથી વિશ્વમાં પ્રસિદ્ધ થયો.

મિત્રો, આ વાર્તાથી આપણને શિક્ષા મળે છે કે -

◆ જો આપણા મનમાં કરુણા છે, દયા છે, તો આપણે ઘણી રીતે બીજાનું દુઃખ વહેંચી શકીએ છીએ.

- જો તમારામાં નમ્રતા છે, જો તમે ઝૂકવાનું જાણો છો તો એમાં કોઈ શંકા નથી કે તમે શક્તીશાળી વ્યક્તિને ઝૂકવી શકો છો.
- અત્યાચારને થતો જોઈ ચૂપ રહેવું ન જોઈએ, કેમ કે જો તમે ચૂપ રહો છો તો અપરોક્ષ રીતે તમે પણ એ અત્યાચારનું સમર્થન કરો છો અને તે કાયરતા છે. સાહસી અને કરુણાશીલ વ્યક્તિ પોતે કષ્ટ વેઠીને પણ અત્યાચારનો વિરોધ કરે છે.

યાદ રાખો, કોઈનું દુઃખ વહેંચી લેવા જેવું બીજું સુખ આ સંસારમાં કોઈ નથી.

□□□

સમયની કદર

અર્નેષ્ટ નામનો એક વિદ્યાર્થી તેના વર્ગમાં હંમેશા પ્રથમ આવતો હતો. એનું મગજ બહુ સર્જનશીલ હતું. લેખનમાં પણ તેની સારી પકડ હતી. કોઈપણ વિષય પર કથા-લેખનનો એને એવો અનુભવ હતો કે ઘડીકમાં તે વાર્તા ઘડી કાઢતો હતો. જો કે બીજા વિદ્યાર્થીઓ પણ પ્રયત્ન કરતા હતા પણ અર્નેષ્ટ જેવું કળાત્મક લેખન તેઓ કરી શક્તા ન હતા.

એકવાર સ્કૂલમાં વાર્તાલેખન સ્પર્ધાનું આયોજન કરવામાં આવ્યું. બધા વિદ્યાર્થીઓને વાર્તા સાથે સંબંધિત વિષય જણાવીને વાર્તા લખવા માટે એક મહિનાનો સમય આપવામાં આવ્યો. ભાગ લેનાર બધા પોત-પોતાની તૈયારીમાં લાગી ગયા. મોટાભાગના અધ્યાપકો અને વિદ્યાર્થીઓને એજ આશા હતી કે પુરસ્કાર અર્નેષ્ટ જ જીતશે.

એ વિદ્યાર્થી જેના માટે વાર્તા લખવી ક્ષણભરનું કામ હતું, એક મહિનાનો સમય મેળવીને કાંઈક લાપરવા થઈ ગયો. એણે વિચાર્યું, "લખી લઈશું, એક સામાન્ય વિષય પર વાર્તા લખવી મારા માટે કયું મોટું કમ છે."

જ્યારે એનો કોઈ સહાધ્યાયી એને પૂછતો તો તે કહેતો, "લખી લઈશું, હજુ તો ઘણો સમય છે મારી પાસે."

અર્નેસ્ટ મજાથી ફરી રહ્યો હતો, જ્યારે બીજા ભાગ લેનાર પોત-પોતાની વાર્તાઓ લખીને એને વ્યવસ્થિત કરીને, સંશોધન કરીને સુધારવામાં લાગેલા હતા.

આ રીતે મહીનાના અઢાર દિવસ વિતી ગયા ત્યારે અર્નેસ્ટે ઝડપથી એક વાર્તા લખી અને સ્કૂલમાં જમા કરવી દીધી.

જ્યારે બધા સ્પર્ધકોની વાર્તાઓ પ્રાપ્ત થઈ ગઈ તો અઠવાડિયા પછી સર્વશ્રેષ્ઠ વાર્તાને પુરસ્કાર આપવાની ઘોષણા થઈ.

બધાને વિશ્વાસ હતો કે પ્રથમ પુરસ્કાર અર્નેસ્ટને જ મળશે. કેટલાક વિદ્યાર્થી તો એને અગાઉથી વધામણી આપી રહ્યાં હતા.

એક અઠવાડિયા પછી વિદ્યાલયનો સેન્ટ્રલ હોલ વિદ્યાર્થીઓ તથા શિક્ષકોથી ભરેલો હતો.

આર્ટ શિક્ષકે સર્વશ્રેષ્ઠ વાર્તાની ઘોષણા કરી અને એના લેખકને મંચ પર બોલાવ્યો, તો આશ્ચર્યથી બધા થીજી ગયા.

એ વિદ્યાર્થી અર્નેસ્ટ ન હતો જે ચપટીમાં વાર્તાઓ લખવામાં સિદ્ધહસ્ત હતો. વિજેતા તો કોઈ બીજો જ વિદ્યાર્થી હતો.

એ જોઈને અર્નેસ્ટને બહુ આઘાત લાગ્યો. એને લાગ્યું જાણે એને કોઈએ આકાશમાંથી જમની પર પટકી દીધો હોય. એણે પોતાને બહુ અપમાનિક અનુભવ્યો. ભાંગેલો તે હૉલની બહાર આવીને ઘર તરફ ચાલી નીકળ્યો. એની તરફ કોઈનું ધ્યાન ન હતું. શું વિદ્યાર્થી કે શું શિક્ષક હવે બધા એ વિજેતા વિદ્યાર્થીની વાહ-વાહ કરી રહ્યાં હતા.

અર્નેસ્ટ ઘેર આવ્યો તો એનો ચહેરો નિસ્તેજ હતો.

મોટી બહેને એક દૃષ્ટિ એના પર નાખી અને બધુ સમજી ગઈ. એણે કહ્યું, "તારો ચહેરો તારી વાત કહી રહ્યો છે, અર્નેસ્ટ. તારી આંખના આંસૂ જણાવી રહ્યાં છે કે તને પુરસ્કાર નથી મળ્યો, કેમ કે તારી વાર્તા સારી ન હતી, છે ને ?"

અર્નેસ્ટ ચૂપ રહ્યો.

બહેન આગળ બોલી, "મને પહેલેથી જ ખબર હતી કે આવું જ

બનશે. જે માણસ સમયની કદર કરતો નથી, સમય પણ એની કદર થવા દેતો નથી. જો તેં સમયસર વાર્તા લખીને એના પર ઊંડાણથી મનન કર્યું હોત, એને સુધારી હોત તો મજાલ છે કે આજે તને આ દિવસ જોવો પડત. તેં એક મહિનાનું કામ બે દિવસમાં કર્યું અને બે દિવસ જેવું પરિણામ તારી સામે છે."

અર્નેસ્ટ કાંઈ ન બોલ્યો, ચુપચાપ ઊભો રહીને સાંભળ્યા કર્યું કેમ કે એને પોતાની જ શરમ લાગતી હતી.

બહેને પ્રેમથી એના માથા પર મૂકીને કહ્યું, હંમેશા યાદ રાખજે, સમયની એક-એક ઘડી કિંમતી હોય છે. આજે તને જે નિષ્ફળતા મળી છે એને એક પાઠ તરીકે લે. હવે ભવિષ્યમાં આવી ભૂલ ક્યારેય ન કરતો."

મિત્રો, મોટી બહેનની એ શિખામણે અર્નેસ્ટની આંખો ખોલી નાખી. આ પ્રસંગને એણે એ રીતે લીધો કે સમયને દેવતાની જેમ પૂજવા લાગ્યો અને આગળ જતા આજ અર્નેસ્ટ વિશ્વપ્રસિદ્ધ સાહિત્યકાર અર્નેસ્ટ હેમિંગ્વેના નામથી પ્રસિદ્ધ થયો. એટલું જ નહીં એને વિશ્વના સૌથી મોટા પુરસ્કાર 'નોબલ પુરસ્કાર' થી સમ્માનિત કરવામાં આવ્યો.

આ વાર્તાથી આપણને શિક્ષા મળે છે કે -

- ક્યારેય સમય વ્યર્થ બગાડવો ન જોઈએ.
- આજનું કામ કાલ પર કદી ન ઠેલો.
- જીવનની નિષ્ફળતાઓને પણ એક પાઠ તરીકે ગ્રહણ કરો.
- ભૂલો બધાથી થાય છે, પરંતુ વ્યક્તિએ એ ભૂલોમાંથી પાઠ શીખીને અને એનામાં સુધારો કરીને નિરંતર આગળ વધવું જોઈએ.

□□□

ભરેલાને કોઈ કેવી રીતે ભરે ?

બહુ પહોંચેલા અને ઠરેલા એક સંત હતા. તે બહુ સીધા અને સરળ સ્વભાવના સંત હતા. એમની કીર્તિ દૂર-દૂર સુધી ફેલાયેલી હતી. લોકો શ્રદ્ધાથી એમને સાંભળતા અને માનતા. પણ કહે છે ને, જે સરળ નથી તે ઠરેલ પણ નથી, ઠરેલ નથી એટલે ગુંચવાયેલો છે.

કેટલાક લોકો તર્કશાસ્ત્રમાં પ્રવિણ હોય છે. બીજાની પરીક્ષા લેવી, એમનું સાચું ખોટું જાણીને પોતાની તર્કબુદ્ધિથી પોતાને એમનાથી ચડિયાતા સિદ્ધ કરવા જ આવા ગુંચવાયેલા લોકોનું કામ હોય છે.

આવાજ એક તર્કશાસ્ત્રી એ સંતજી પાસે આવ્યા અને બોલ્યા, "જ્ઞાન મેળવવાની અભિલાષાથી હું આપની પાસે આવ્યો છું."

સંતજીએ ...... દષ્ટિથી એ સજ્જનને જોયા. આંખના પલકારામાં દિવ્ય દષ્ટિથી અંદર-બહાર બધુ જોઈ લીધું, બધુ સમજી લીધું બોલ્યા, "જ્ઞાન મેળવવા ઈચ્છો છો ?"

"જી હા, આમ તો મને દુનિયાનું બધું જ્ઞાન છે, પણ હું એ જાણવા માંગુ છું કે આપની પાસે એવું શું છે જે મને ખબર નથી અને જે હું નથી જાણતો એ જ જ્ઞાન લેવા આવ્યો છું."

"ઠીક છે, જ્ઞાન મેળવવા ઈચ્છો છો તો કયું પાત્ર લાવ્યા છો ?" સંતજીએ પૂછ્યું.

"કેવું પાત્ર ?"

"જ્ઞાન શેમાં લેશો ?" સંતજીએ પૂછ્યું.

"જ્ઞાન તો હૃદયમાં, મનમાં ભરવાની વસ્તુ છે, એના માટે પાત્રની શું આવશ્યક્તા છે ?"

"ઠીક છે, આવો પહેલા જલપાન કરો." સંતજીએ શિષ્યને કાંઈક વિશેષ સંકેત કર્યો.

શિષ્ય બે ગ્લાસ અને શરબતથી ભરેલો એક જગ લઈ આવ્યો. જે બે ગ્લાસ તે લઈને આવ્યો હતો એમાંથી એક ગ્લાસ પહેલાથી જ પૂરો ભરેલો હતો અને એમાં સાધારણ પાણી હતું. સાધારણ પાણી પણ ગંદુ હતું.

સંતજીએ જગ ઉઠાવ્યો અને ભરેલા ગ્લાસમાં શરબત ઠાલવાનું શરૂ કર્યું. સાથે જ્ઞાનના અભિલાષી તર્કશાસ્ત્રી તરફ જોઈને બોલ્યા, "જ્ઞાન બહુ દુર્લભ વસ્તુ છે, પરંતુ તેને મેળવવું કઠણ છે, એટલા ઘણા લોકો તેને મેળવવા નથી ઈચ્છતા. લોકો તો આજ સુધી ધન અને પદની લાલસા લઈને મારી પાસે આવે છે. આપ જ્ઞાનની તરસ લઈને મારી પાસે આવ્યા છો, આપ ધન્ય છો."

તર્કશાસ્ત્રી બોલ્યો, "તમે આ શું કરી રહ્યાં છો ? પહેલેથી ભરેલા ગ્લાસને ભરવાની ચેષ્ટા કરી રહ્યાં છો. ઉભા રહો, જુઓ બધું શરબત નાહક વહી રહ્યું છે. તમે એ પણ વિચાર ન કર્યો કે જે ગ્લાસમાં તમે આ શરબત ઠાલવી રહ્યાં છો, તે પહેલાથી જ ગંદા પાણીથી ભરેલો હતો."

"અરે.... અરે !" સંતજી ચોંક્યા. હાથ રોકી લીધો. શરબતનું વાસણ નીચે મૂકી દીધું.

"તમે આ શું કહ્યું, ગંદા પાણીમાં શરબત ઠાલવી રહ્યાં હતા."

"નહોવું નાખવું જોઈતું ને ?" સંતજી હસ્યા.

"બિલ્કુલ નહીં અને ભરેલા ને તમે કઈ રીતે ભરી શકો છો."

"હે જ્ઞાનના તરસ્યા અતિથિ. હું પણ તને એજ સમજાવવા માંગુ છું.

કે કહે ભરેલા હૃદયને કેવી રીતે ભરું ?" હસીને સંતજીએ પૂછ્યું.

મેં પછી બોલ્યા, "જે રીતે આ ગ્લાસ ગંદા પાણીથી ભરેલો હતો અને મેં એમાં શરબત ઠાલવાની ચેષ્ટા કરી તો તમારા મતે મેં ખોટું કર્યું. એજ પ્રમાણે જે પાત્રમાં તમે મારી પાસે જ્ઞાન લેવા આવ્યા છો, તમારું એ પાત્ર પણ વિકારોથી ભરેલું છે, એમાં શું જ્ઞાનનું શરબત ભરી શકાય છે ? તમે જાતે સ્વીકાર કર્યું છે કે એવું કરવું મૂર્ખતા છે. બતાવો કેવી રીતે ભરું તમારા હૃદયમાં જ્ઞાન ? જ્યાં વિષ છે, વિકાર છે, જ્યાં ઈર્ષ્યા અને ધૈર્ય છે, જ્યાં ઘૃણા અને અહંકાર છે, એ મનરૂપી પાત્રમાં તમે જ્ઞાન ભરવાની અભિલાષા લઈને મારી પાસે આવ્યા છો, તો શું મારા - તમારા માટે એવું કરવું શક્ય છે ? ના, એ શક્ય નથી. હવે અહિં જુઓ." સંતજીએ ફરી શરબતનો જગ ઉઠાવીને ખાલી ક્લાસમાં ઠાલવ્ય અને સહજતાથી ભરી દીધો.

સંતજી બોલ્યા, "જ્યાં સુધી પાત્ર ખાલી નહીં હોય, એમાં જ્ઞાનરુપી શરબત નથી ભરી શકાતું. હવે તમે જ બતાવો ભરેલાને કોઈ કેવી રીતે ભરી શકે ?"

તે તર્કશાસ્ત્રી જે સંતજીને નીચા દેખાડવાની અભિલાષા લઈને એમની પાસે આવ્યો હતો, તેનું માથું મૂકી ગયું.

આ વાર્તાથી આપણને શિક્ષા મળે છે કે -

- કેટલાક લોકોને ભ્રમ હોય છે કે તેઓ બધુ જ જાણે છે અને એમનો આ જ ભ્રમ એમને નવું શીખવા તેમજ આગળ વધવાથી રોકી રહ્યું હોય છે.
- જો કંઈક મેળવવું છે, કશું શીખવું છે, કશું જાણવું છે, તો પહેલા પોતાની મનરૂપી પાત્રને સ્વચ્છ કરો, ખાલી કરો વિષય-વિકાર, ક્રોધ, દ્વૈષ, અહંકાર વગેરે મનમાં રાખીને કશું પણ ગ્રહણ કરી શકાતું નથી.
- જો તમે પણ વિચારો છો કે તમે બધુ જ જાણો છો, તો તમે કશું પણ નવું નહીં શિખી શકો.
- જો કંઈક સારું મળશે તો પણ તે શરબતની જેમ વહી જશે અથવા મનમાં પહેલેથી જ રહેલા વિકારોની સાથે મળીને ગંદુ થઈ જશે.

□□□

ઘાયલ થઈને પૂજાય છે પત્થર

કોઈ સ્થાન પર સંગેમરમરનું એક વિશાળ અને ભવ્ય મંદિર હતું. સંગેમરમર સિવાય ત્યાં કોઈ બીજા પત્થરનો ઉપયોગ થયો ન હતો. મંદિરમાં ભગવાનની મૂર્તિ પણ સંગેમરમરની જ હતી.

લોકો આવતા, મંદિરના આંગણામાં જૂતા ઉતારતા, અંદર જઈને ફળ-ફૂલ, ધૂપ-દીવો વગેરેથી ભગવાનની પૂજા કરતા, શ્રદ્ધાથી એમના ચરણોમાં માથું ટેકવતા.

મંદિરના આંગણામાં ફર્શ હતું. જ્યાં લોકો જૂતા ઉતારીને આવતા હતા. ત્યાં લાગેલો સંગેમરમર કાયમ આ જોતો અને દુઃખી થતો. તે વિચારતો - "ઈશ્વરનો આ કેવો અન્યાય છે કે હું પણ સંગેમરમર છું અને તે મૂર્તિ પણ સંગેમરમરની છે. મારા મ્હોં પર તો શ્રદ્ધાળું જૂતા ઉતારે છે અને ભગવાનના રૂપમાં સ્થાપિત સંગેમરમરને શ્રદ્ધાથી પૂજે છે, મારી સાથે આવો અન્યાય કેમ ?"

એક રાત્રે જ્યારે મંદિરમાં સન્નાટો વ્યાપી ગયો. પૂજારી વગેરે ચાલ્યા ગયા તો આંગણનો સંગેમરમર ઉઠીને મૂર્તિના સંગેમરમરની પાસે ગયો અને ગુસ્સાથી બોલ્યો, "મને તારા ભાગ્યની ઈર્ષ્યા થાય છે."

મૂર્તિનો સંગેમરમર હસ્યો, "કેમ ભાઈ, તું વ્યર્થ શા માટે મારી ઈર્ષ્યા કરે છે, આપણે તો એક જ જાતિના છીએ."

"આજ તો મારી ઈર્ષ્યાનું કારણ છે." આંગણના સંગેમરમરે કહ્યું, "જ્યારે આપણે એક જ જાતિના છીએ તો ઈશ્વરે આ ભેદભાવ

કર્યો કે લોકો મને કચડે છે. મારા મ્હોં પર જૂતા રાખે છે અને તને ધૂપ-દીવો

કરીને તારી પૂજા-અર્ચના કરે છે. તારી સામે શ્રદ્ધાથી માથું ટેકવે છે. આવું કેમ ?''

''જો મિત્ર, એમાં ભેદભાવની વાત નથી.'' મૂર્તિનો સંગેમરમર હસીને બોલ્યો, ''એ સંસારનો નિયમ છે કે જે જેટલું દુઃખ મેળવે છે, જે જેટલું સંઘર્ષોથી લડે છે, એને એટલું જ સુખ મળે છે. શું તુ અનુમાન લગાવી શકે છે કે આ સ્થિતિને પામવા માટે મને મૂર્તિના ઘડનારના હથોડોનો કેટલો માર ખાવો પડ્યો છે. મહિનાઓ સુધી છીણી હથોડાથી તે મારા શરીરને છોલતો રહ્યો, ત્યારે મારું આ સ્વરૂપ બહાર આવ્યું છે, જેની આજે પૂજા થાય છે. જો તેં પણ મારી જેમ ઘા ખમીને કોઈ સ્વરૂપ મેળવ્યું હોત તો નિઃસંદેહ આજે કોઈ મંદિરમાં તારી પણ પૂજા થતી હોત.''

આંગણનો પત્થર ચૂપ થઈને પોતાના સ્થાન પર આવીને બેસી ગયો.

વાસ્તવમાં એનામાં ઘાયલ થઈને હસવાની હિંમત જ ન હતી.

મિત્રો, આપણાંમાંથી ઘણા લોકો એવા છે જે વગર મહેનતે, સંઘર્ષ વગર, પડકારો વગર અથવા હાથ-પગ હલાવ્યા વગર ઘણું બધું મેળવી લેવા ઈચ્છે છે. આવા લોકો મંદિરના આંગણાના સંગેમરમરની જેમ બીજાની પ્રગતિ જોઈને, સમૃદ્ધ થતા જોઈને ઈર્ષ્યા તો કરે છે પણ ઘાયલ થવા તૈયાર નથી થતા. આવા લોકો જીવનમાં કદી સફળતાનો સ્વાદ માણી શક્તા નથી.

આ વાર્તાથી આપણને શિક્ષા મળે છે -

◆ માથાનો મુગટ બનવા માટે સોનાને પણ તપવું પડે છે.

- જીવનમાં સફળ થવા માટે પહેલા સુખોનો ત્યાગ કરીને ઘોર સંઘર્ષ કરવો પડે છે, ત્યારે સફળતાનું મીઠું ફળ ચાખવા મળે છે.
- મંદિરમાં પૂજા યોગ્ય બનવા માટે પત્થરને ઘા ખમવા પડે છે.
- ચાહે ગમે તેવ મુસીબતો કે તકલીફો આવે તમારે કદી પણ એનાથી ગભરાવાનું અથવા પોતાના લક્ષ્યથી વિચલિત થવું ન જોઈએ. પોતાના સંઘર્ષને કોઈપણ કિંમતે ચાલુ રાખવો જોઈએ. કારણ આજ નહીં તો કાલ વિજય તમારો જ થવાનો છે.

□□□

દુશ્મની ને મારો, દુશ્મન જાતે જ મરી જશે

વાત એ દિવસોની છે જ્યારે અમેરિકામાં ગૃહયુદ્ધની આગ લાગી હતી.

સંકટના એ સમયમાં અબ્રાહમ લિંકન રાષ્ટ્રપતિ હતા.

આખો દેશ બે ભાગમાં વહેંચાઈ ગયો હતો અને ચારે તરફ ગૃહયુદ્ધની આતંક ફેલાયો હતો.

બંને પક્ષના હજારો સૈનિકો ઘાયલ થઈ ચૂક્યા હતા, ચિકિત્સા શિબિરોમાં જેમનો ઈલાજ થઈ રહ્યો હતો.

સરકાર સમર્થક અને વિદ્રોહી, બંને સૈન્યો લિંકન માટે બે આંખો જેવી હતી. એક દિવસ એમણે યુદ્ધમાં ઘાયલ સૈનિકોની ખબર અંતર પૂછવા ઉપચાર શિબિરમાં જવાનો નિર્ણય કર્યો અને સરકાર સમર્થક ઘાયલ સૈનિકોને જોવા જઈ પહોંચ્યા. એમની ખબર અંતર પૂછી, જલ્દી સાજા થવાની કામના કરી અને દિલ ખોલીને એમની રાષ્ટ્રભક્તિની પ્રશંસા કરી.

પાસે જ બીજી શિબિર હતી, જેમાં વિદ્રોહી સૈનિકોનો ઈલાજ થઈ રહ્યો હતો

પહેલી શિબિરમાંથી નિકળીને લિંકન બીજી શિબિર તરફ આગળ વધ્યા.

એક સૈનિક અધિકારીએ તેમને તરત ટોક્યા, "શ્રીમાન, આપ ત્યાં ન જાવ, તે વિદ્રોહી તથા શત્રુ સૈનિકોની શિબિર છે."

લિંકને એ અધિકારીને જોયો અને એક દીર્ઘ નિઃશ્વાસ લઈને બોલ્યા, "મને ખબર છે."

એમ કહીને લિંકન આગળ વધી ગયા.

થોડી જ ક્ષણો પછી તે શત્રુ સૈનિકોના શિબિરમાં હતા. ત્યાં જઈને એમણે બધા કેદી ઘાયલોની ખબર પૂછી, એમના ઉપચાર તથા સારા ભોજન માટે જરૂરી નિર્દેશો આપ્યા. એમની જલ્દી સ્વસ્થ થવાની કામના કરી. એટલું જ નહીં, તે બધાને બહુ આત્મિયતા અને પ્રેમથી મળ્યા.

રાષ્ટ્રપતિને પોતાની મધ્યે જોઈને કેદી સૈનિક હતપ્રત્ય હતા. પોતાના સ્વાસ્થ્ય સુધારની રાષ્ટ્રપતિના મ્હોંથી કરેલી કામના સાંભળીને તેઓ સુખદ આશ્ચર્યથી ગદગદ હતા, પણ બહાર રાષ્ટ્રવાદી પ્રજામાં બેચેની હતી.

"શત્રુ-સૈનિકોની શિબિરમાં રાષ્ટ્રપતિ કેમ ગયા ?"

"તેઓ શત્રુ-સૈનિકોને પ્રેમ અને પોતાપણાથી કેમ મળી રહ્યાં છે?"

"જેમને દંડ આપવો જોઈએ, એમના શૂભની કામના કેમ ?"

"શત્રુઓને તો ખતમ કરી દેવા જોઈએ."

થોડીવાર પછી રાષ્ટ્રપતિ કેમ્પની બહાર આવ્યા, પણ ઉપર્યુક્ત સવાલ એમને કોણ પૂછે, કોઈની હિંમત થતી ન હતી.

અચાનક એક વૃદ્ધા રાષ્ટ્રપતિની સામે આવી. એના ચહેરા પર અણગમો અને ગુસ્સાના ભાવ હતા. એણે સીધો પ્રશ્ન કર્યો, "તમે દુશ્મનોને આટલા પ્રેમથી કેમ મળતા હતા ? તેઓ આપણા શત્રુ છે, દેશના શત્રુ છે, એમને તો દવાને બદલે ઝેરનું ઈંજેક્શન આપીને ખતમ કરી દેવા જોઈએ."

"કોને ખતમ કરું" હસીને લિંકને પૂછ્યું, "શત્રુતાને કે શત્રુઓને ?"

"શત્રુઓને." વૃદ્ધાએ કહ્યું, "ન શત્રુ રહેશે ન શત્રુતા રહેશે."

"જો શત્રુતા ખતમ થઈ જાય તો શત્રુ ક્યાં રહેશે મા, હું એમને

પ્રેમથી મળીને શત્રુતાને જ ખતમ કરી રહ્યો છું. શત્રુતા ખતમ થઈ જશે તો શત્રુ પોતાની મેળે ખતમ થઈ જશે."

લિંકનનો આ જવાબ સાંભળી વૃદ્ધા પાસે બોલવા માટે કશું ન રહ્યું. એટલું જ નહીં લિંકનના વિચારો જાણી બીજા લોકોને પણ ઘૃણા પ્રેમ, પોતાપણા તથા કરુણામાં બદલાઈ ગઈ.

આ વાર્તાથી આપણને શિક્ષા મળે છે કે -

- સંસારમાં કોઈ કોઈને શત્રુ હોતો નથી, કેવળ દૃષ્ટિકોણમાં ફેર હોય છે, વિચારોમાં ફેર હોય છે, અને આ જ ફેર અણબણાવનો પાયો બનાવી દે છે. તમે પ્રેમથી. પોતાપણાથી તમે તમારા શત્રુના વિચાર બદલીને એને તમારા પક્ષમાં કરી લો છો તો દુશ્મની પોતાની મેળે જ ખતમ થઈ જાય છે.
- જ્યારે વિચાર મળી જાય છે ત્યારે ન શત્રુ રહે છે અને ન શત્રુતા.
- પ્રેમથી શત્રુતાની મોટામાં મોટા અને ઊંડી ખાઈને પણ પાર કરી શકાય છે.
- શત્રુતાને મારો, શત્રુ પોતે જ મરી જશે.

□□□

નિયમ-કાયદો બધા માટે

ભારતના તત્કાલીન વડાપ્રધાન શ્રી લાલબહાદુર શાસ્ત્રીજી ન કેવળ સાદાઈના પ્રતિમૂર્તિ હતા, પણ કાયદા પ્રત્યે પૂર્ણ નિષ્ઠાવાન પણ હતા. કહેવાય છે કે એમના વડાપ્રધાન બન્યા પછી એમના પુત્ર જે સરકારી વિભાગમાં કાર્યરત હતા, એમને અચાનક જ પદોન્નત કરીને ઉંચા પદ પર બેસાડી દેવાયા. શાસ્ત્રીજીને જ્યારે આ વાતની ખબર પડી તો એમણે એ વિભાગના ઉચ્ચાધિકારીને બોલાવીને પૂછ્યું, "મારા દિકરાને અચાનક આટલો ઊંચો હોદ્દો કેવી રીતે આપવામાં આવ્યો. શું તે એ પદ માટે યોગ્ય છે ? જો એ પદ માટે તે યોગ્ય હતો તો એને પહેલા જ એ પદ કેમ આપવામાં ન આવ્યું ?"

"જી" અધિકારીએ જવાબ આપ્યો, "તે તમારા સુપુત્ર છે."

"એથી શું થયું ?"

"વડાપ્રધાનના દિકરા નાના હોદ્દા પર રહે શું તે વ્યાજબી હશે ?"

"વડાપ્રધાનનો પુત્ર ઉંચા પદ પર બેસે ભલે તે એ પદને યોગ્ય ન હોય, શું તે વ્યાજબી હશે ? કોઈ વ્યક્તિને ફક્ત એટલા માટે ઉંચું પદ આવપું કે તેના પિતા વડાપ્રધાન છે, કોઈપણ રીતે વ્યાજબી નથી. તમે એને એના જૂના પદ પર જ રાખો. જ્યારે એ ઉંચા પદ માટે યોગ્ય

થઈ જશે તો જાતે જ એ પદ મેળવી લેશે.''

અધિકારીએ શાસ્ત્રીજીનો આદેશ માનવો પડ્યો. સાથે તે શાસ્ત્રીજી સામે નતમસ્તક પણ થયો, જેના માટે પુત્રમોહથી વધારે હતા - નિયમ, કાયદા, કાનૂન.

આ જ પ્રકારની બીજી એક ઘટના શાસ્ત્રીજીના જીવનમાં બની હતી, તે ઘટના કાંઈક આ રીતની હતી.

વાત એ દિવસોની છે જ્યારે શાસ્ત્રીજી ઉત્તરપ્રદેશ સરકારમાં ગૃહમંત્રી હતા.

એક દિવસ શાસ્ત્રીજીના એક ગાઢ મિત્ર સવારે એમના ઘેર પહોંચ્યા.

નાસ્તો કર્યા પછી શાસ્ત્રીજી એ એમને આવવાનું કારણ પૂછ્યું તો તે બોલ્યા, ''શાસ્ત્રીજી, ફક્ત અડધો ઈંચ ઊંચાઈ ઓછી હોવાને કારણે મારા દિકરાને ફોજદારનું પદ ન મળ્યું. તમે ગૃહમંત્રી છો, જો તમે ઈશારો માત્ર કરી દો તો મારા દિકરાના ખભા પર બે-બે સ્ટાર ચમક્વા લાગશે.''

શાસ્ત્રીજી એ ધીરજથી એમની વાત સાંભળી, પછી સ્વભાવાનુસાર શાંત લહેકામાં બોલ્યા, ''મિત્ર, તમે તમારા દિકરાની ઉંચાઈ ઓછી છે તો આ પદ એને કોઈપણ રીતે મળી શકે નહીં. નિયમ બધા માટે સરખો છે.''

શાસ્ત્રીજીના મિત્રને એમનો આવો સ્પષ્ટ નકાર ખરાબ લાગ્યો. ચહેરા પર અણગમાના ભાવ લાવીને બોલ્યા, ''તમારું કદ તો જરૂર કરતાં વધારે ઓછું છે છતાં પણ તમે રાજ્યના ગૃહમંત્રી છો અને મારા દિકરાની ઉંચાઈ માત્ર અડધો ઈંચ ઓછી હોવાને કારણે તે ફોજદાર ન બની શકે. આ તો અન્યાય છે શાસ્ત્રીજી.''

"ના. આ અન્યાય નહીં પણ નિયમ છે.... કાયદો છે અને નિયમ-કાયદો બધા માટે સરખો હોય છે." સ્હેજ હાસ્ય હોઠો પર વિખરાવીને શાસ્ત્રીજી એ કહ્યું, "તમારે જાતે સમજવું જોઈએ કે પોલિક એક ફોર્સ છે અને એમાં ભરતીના નિયમ-કાયદા છે, જ્યારે હું જનસેવક છું અને જનસેવક કોઈપણ થઈ શકે છે. તમારો દિકરો પણ જો જનસેવા કરે તો કાલે ગૃહમંત્રી બની શકે છે, મારી શુભકામનાઓ એની સાથે છે."

મિત્રો ઉપર્યુક્ત ઘટનાઓથી આપણને શિક્ષા મળે છે કે -

- મહાન એ હોય છે, જેના વિચાર મહાન હોય છે.
- ઉંચું પદ મેળવીને પણ જેનામાં અભિમાન નથી આવતું, જે સ્વાર્થમાં લુપ્ત નથી થતો, જેનો કોઈ આદર્શ હોય, જેના કોઈ સિદ્ધાંત હોય ઈતિહાસ એને પોતાનો ભાગ બનાવીને અમર રાખે છે.
- વિપરીત પરિસ્થિતિ હોય અથવા ધર્મસંકટ સામે હોય, વ્યક્તિએ પોતાના સિદ્ધાંત સાથે સમાધાન ન કરવું જોઈએ.
- કાયદા-કાનૂન બધા માટે સરખા હોય છે, એટલે એનું કાયમ માન રાખવું જોઈએ.

□□□

દુર્ગુણો ખુદ પકડી રાખ્યા છે અને કહો છો - છૂટતા નથી

એક દિવસની વાત છે. પરમ વિદ્વાન તથા ગાંધીવાદી આચાર્ય વિનોબા ભાવેજી પોતાના આશ્રમમાં બેઠા હતા. ત્યારે એક વ્યક્તિ એમની પાસે આવ્યો અને અભિવાદન કરીને બોલ્યો, "આચાર્યજી, હું બહું દુઃખી છું, મારો ઉદ્ધાર કરો."

"તને શું કષ્ટ છે ?" આચાર્યએ પૂછ્યું.

"દારૂ મારો પીછો છોડતો નથી. મહેરબાની કરી તમે કોઈ એવો ઉપાય બતાવો જેથી દારૂથી મને છૂટકારો મળે."

"ઠીક છે." આચાર્ય વિનોબા ભાવેજીએ ઊંડી નજરે એને જોઈને કહ્યું, "તું કાલે આવ. આશ્રમના આંગણામાં આવીને મને બહારથી જ બૂમ પાડજે, ત્યારે તને હું ઉપાય દેખાડીશ."

"જેવી આજ્ઞા આચાર્યજી." અભિવાદન કરીને તે વ્યક્તિ ચાલ્યો ગયો.

બીજા દિવસે તે આવ્યો અને આંગણામાં રોકાઈને બૂમ પાડી, "હું આવી ગયો છું આચાર્યજી."

અંદરથી જવાબ ન મળ્યો.

એણે ફરી બૂમ પાડી, "આચાર્યજી.... આચાર્યજી."

"અરે ભાઈ આવું છું." ઝૂંપડીમાંથી આચાર્યજીનો અવાજ આવ્યો.

તે રાહ જોવા લાગ્યો.

ઘણી વાર થઈ અને આચાર્યજી બહાર ન આવ્યા તો એણે ફરી બૂમ પાડી. "આચાર્યજી, તમે બહાર કેમ આવતા નથી ?"

"કોશીષ કરું છું, પણ શું કરું આ થાંભલાએ મને પકડી રાખ્યો છે. કમબખ્ત છોડતો જ નથી."

એ વ્યક્તિને આશ્ચર્ય થયું કે નિર્જીવ થાંભલો કોઈને કેવી રીતે પકડી શકે છે. તે મૂંઝવણમાં પડી ગયો, "આચાર્યજી તમે શું કહી રહ્યાં છો ?"

"સાચું કહું છું મને થાંભલાએ પકડી રાખ્યો છે, છોડતો જ નથી."

"થાંભલો કોઈને કેવી રીતે પકડી શકે છે આચાર્યજી."

"મને પકડી લીધો છે. વિશ્વાસ નથી તો અંદર આવીને જોઈ લે."

તે વ્યક્તિ ઝડપથી અંદર ગઈ અને જોયું કે આચાર્યજી પોતે જ થાંભલાને વીંટળાઈને બેઠા છે. તે જોઈને તે હસીને બોલ્યો, "તમે પણ કમાલ કરો છો આચાર્યજી. થાંભલાએ તમને ક્યાં પકડી રાખ્યા છે, તમે પોતે જ થાંભલાને પકડીને બેઠા છો. તમે એને છોડી દો, ત્યારે જ તમે એનાથી છૂટશો."

આચાર્યજીએ થાંભલાને તરત છોડી દીધો. હસીને ઊભા થયા અને પોતાના સ્થાને જઈ બેઠા.

શરાબીએ પૂછ્યું, "આચાર્યજી, મહેરબાની કરી હવે એ ઉપાય બતાવો જેનાથી દારૂ મને છોડી દે."

"શું તુ હજુ પણ નથી સમજ્યો." વિનોબાજી હસ્યા, "બેટા જે રીતે થાંભલાએ મને નહીં પણ મેં થાંભલાને પકડી રાખ્યો હતો, એજ રીતે દારૂએ તને નહીં પણ તેં દારૂને પકડી રાખ્યો છે. જેમ મેં થાંભલાને છોડ્યો છે, તેવી જ રીતે તારે પ દારૂને જાતે જ છોડવો પડશે."

એ દિવસ પછી એ વ્યક્તિ દારૂને કદી અડક્યો નહીં.

મિત્રો, આ વાર્તા આપણને શિક્ષા આપે છે કે -

- ખરાબ ટેવોને વ્યક્તિ જાતે જ પકડી રાખે છે અને પ્રચાર એ કરે છે કે ફલાણી આદત અથવા વ્યસને એને પકડ્યો છે.
- જ્યાં સુધી આપણે પોતે આપણી ખરાબી છોડવાનો પ્રયત્ન નહીં કરીએ, ત્યાં સુધી આપણી ખરાબી, આપણા વ્યસન દૂર નહીં થાય.
- ખરાબીઓને છોડવાની શરૂઆત આપણે જાતે કરવી પડશે.

□□□

ગંગાપારના તરબૂચ

એક છોકરો એની મા સાથે ગંગા કિનારે રહેતો હતો. બાળપણમાંથી એના પિતાનું અવસાન થઈ ગયું હતું. આજીવિકા માટે તે બાળક ફળ વેચતો હતો.

એ ગરીબીના દિવસો હતા. છોકરો વહેલી સવારે ગંગા કિનારે જઈને ખેડૂત પાસે તરબૂચ ખરીદીને લાવતો અને પાસેના એક શહેરમાં જઈને વેચતો હતો. તે ગલીએ ગલીએ ફરીને બૂમ પાડતો, "તરબૂચ, લઈ લો તરબૂચ."

એના જેવા બીજા પણ લોકો હતા જે ફેરી કરતા હતા.

તીવ્ર સ્પર્ધા હતી.

એ એનું દુર્ભાગ્ય કહો કે કાંઈક બીજું, કે પાછલા ત્રણ દિવસથી એનું એક પણ તરબૂચ વેચાયું નહીં. એનાથી નિરાશ થઈને એણે ફેરી ન કરવાનો નિર્ણય કર્યો.

મા એની નિરાશાને જાણી ગઈ અને બોલી, "બેટા હું જાણું છું કે પાછલા ત્રણ દિવસથી એક પણ તરબૂચ વેચાયું નથી એટલે તું નિરાશાથી ઘેરાઈ ગયો છે. મારી એક વાત ગાંઠે બાંધી લે. જે જીવનમાં નિરાશ થઈ ગયો, જેણે આશાનો સાથ છોડી દીધો સમજી લે કે એણે જાતે પોતાના પગ પર કુહાડી મારી દીધી."

"હું શું કરું માં ?" બાળકની આંખમાં આંસૂ આવી ગયા.

દુઃખી મનથી બાળક બોલ્યો, "હું કેટલા પ્રયત્ન કરું છું. ગળું

ફરીને થાકી જઉં છું, તરબૂચ લઈ લો, તરબૂચ લઈ લો, પણ છેલ્લા ત્રણ દિવસથી બોણી પણ નથી થઈ."

"તું મને એક વાત કહે તારા તરબૂચમાં એવી શું વિશેષતા છે કે લોકો તારી પાસેથી જ તરબૂચ ખરીદે. જેવા તારા તરબૂચ એવા બીજાના તરબૂચ. બીજું વેચાણ નહીં થવાને કારણે તારો ઉત્સાહ પણ ઠંડો પડી ગયો છે, તારા અવાજમાં પણ પહેલા જેવો જોશ નહીં હોય." મા એ સમજાવ્યું, "બેટા તું તારા તરબૂચમાં કોઈ વિશેષતા જણાવીને વેચ. જરૂર વેચાશે."

બાળક ઉત્સાહિ થઈને બોલ્યો, "મારા તરબૂચમાં એક વિશેષતા તો છે માં."

"શું વિશેષતા છે ?"

"મારા તરબૂચ ગંગા કિનારાના છે, જ્યાં ખેતર ગંગા જળથી સિંચાય છે."

"લોકોને આ વાત ખબર છે ?"

"ના માં."

"લોકોને ખબર જ નથી કે તારા તરબૂચ ગંગા કિનારાના છે. જ્યાં ખેતર ગંગાજળથી સિંચાય છે પછી શા માટે કોઈ તારી પાસેથી જ તરબૂચ લે ?"

અચાનક બાળક ઊભો થઈ ગયો અને ઉત્સાહથી બોલ્યો, "હું સમજી ગયો માં. હું સમજી ગયો કે તું શું કહેવા માંગે છે.

એ જ સમયે એણે એની હાથ લારી સજાવી અને શહેર તરફ નીકળી ગયો. હવે એનામાં નવો જોશ હતો, નવો ઉત્સાહ હતો. શહેરના મુખ્ય ચાર રસ્તા પર જઈને એણે પોકાર શરૂ કર્યો - તરબૂચ લઈ લો તરબૂચ, ગંગા જળથી સિંચેલા ખેતરના ઠંડાગાર તરબૂચ, ગંગા કિનારાની ભેટ."

જોશમાં તે બૂમો પાડતો રહ્યો અને ગ્રાહક એની તરફ આકર્ષિત થતા ગયા.

તરબૂચોની વિશેષતાની જાણ થતાં જ લોકોએ ચપોચપ એના તરબૂચ ખરીદી લીધા અને જોત જોતામાં એની હાથલારી ખાલી થઈ ગઈ.

મિત્રો, આ વાર્તાથી આપણને નિમ્નલિખીત શિક્ષા મળે છે -

- તમારી યોગ્યતાનો કોઈને જાતે ખબર પડતી નથી કે તમે કેટલા યોગ્ય છો, કે તમારામાં કઈ અને કેવી વિશેષતા છે, લોકોને તમારે પોતે એ બધું જણાવવું પડશે. એના સારા પરિણામોની પહેલી અને છેલ્લી શરત એ છે કે તમારી વાતમાં સત્ય હોય - એટલે કે તરબૂચ ગંગા કિનારાના જ હોવા જોઈએ. ત્યારે જ તમારા અવાજમાં આત્મવિશ્વાસ પેદા થશે અને ત્યારે જ સામેવાળો પ્રભાવિત થશે. જો 'તમારા તરબૂચ' કોઈ ગંદા નાળાના કિનારેના ખેતરમાં ઉગ્યા હશે અને તમે એને ગંગાકિનારના કહિને વેચવાની કોશિષ કરશો તો તમારા અવાજમાં તેવો આત્મવિશ્વાસ, તેવો જોશ અને તેવો પ્રયત્ન પેદા નહીં થાય, જેવો હોવો જોઈએ.
- આજે જાહેરાતનો જમાનો છે અને તમે તમારી યોગ્યતાઓ અથવા તમારા ઉત્પાદનની જાહેરાત કર્યા વિના કોઈ ઊંચું સ્થાન નહીં મેળવી શકો. તમારે તમારી યોગ્યતાઓ અને ઉત્પાદનનો પ્રચાર-પ્રસાર કરવો જ પડશે.
- નિરાશાને કદી પાસે આવવા ન દો. ખરાબમાં ખરાબ સમય પણ કેમ ન હોય, આશાનો દીવો કાયમ સળગતો રાખો. આજ પ્રકાશ તમને સફળતાનો માર્ગ દેખાડશે.

યાદ રાખો - આશા જીવન છે અને નિરાશા મૃત્યુ.

□□□

એક મુઠ્ઠી ધૂળ

એક સંતજી કોઈ દ્વાર પર ભિક્ષા માંગવા પહોંચ્યા.

"ભિક્ષામ્ દેહિ"

જવાબ ગાયબ

ફરી અલખ જગાવી - "ભિક્ષામ્ દેહિ"

આ વખતે દરવાજે એક નાની બાલિકા હાજર થઈ. એના ચહેરા પર માયૂસી હતી, આંખોમાં બેબસી અને અભાવ છલકાઈ રહ્યો હતો. શરીર પર થીગડા મારેલા જૂના કપડા હતા.

સંતજીએ ધારીને બાળાને જોઈ, સમજી ગયા કે આ ઘરમાં રહેનારું કુટુંબ ઘોર દરિદ્રતા સાથે લડે છે. સાથે બાળાની આંખના ભાવ વાંચીને એ પણ સમજી ગયા કે બાળા દાન આપવા તો માંગે છે, પણ અભાવોને કારણે કાંઈ આપી શકવાની સ્થિતિમાં નથી. તેમ છતાં સંત બોલ્યા, "ભિક્ષા આપ દિકરી."

માસૂમ બાળાની આંખમાં પાણી આવી ગયા. રુંધાયેલા સ્વરમાં બોલી, "બાબા, અમારી પાસે આપવા માટે કશું નથી. તમને શું આપું ?"

"જો તારી પાસે કાંઈક હોત," સંતે પૂછ્યું, "તો શું તું અમને ભિક્ષા આપત ?"

"હા, બાબા, અવશ્ય આપત પણ અમારી પાસે કાંઈ છે જ નહીં."

"દુઃખી ન થા બેટી," સંતજીએ બાળાના માથે હાથ ફેરવીને કહ્યું,

"તારી પાસે આપવા માટે હજુ પણ ઘણું બધું છે."

"ના બાબા, હું સાચું કહી રહી છું, અમારી પાસે કશું જ નથી. અમે બધા બે દિવસથી ભૂખ્યા છીએ."

"તું એમ કર દિકરી, અમને તારા આંગણાની એક મુઠ્ઠી ધૂળ આપી દે. ભિક્ષા તો ભિક્ષા છે. અમારા માટે તારા ઘરની ધૂળ પણ ધન સમાન છે."

"શું ધૂળ લઈને આપ મને આશીર્વાદ આપશો ?" બાળા પરેશાન હતી.

"અવશ્ય આપીશું દિકરી."

બાળાનો ચહેરો ઉલ્લાસથી ખીલી ઉઠ્યો, એની આંખોમાં દેખાઈ રહેલી લાચારી ગાયબ થઈ ગઈ. ઉત્સાહથી તે ફરી અને આંગણાની એક મુઠ્ઠી ધૂળ લઈને બાબના કમંડળમાં નાખી દીધી. એનો ચહેરો આત્મસંતોષ અને ગૌરવથી ચમકી રહ્યો હતો.

સંતજીએ એને આશીર્વાદ આપ્યો, "સદા ખુશ રહે, સમૃદ્ધ થાવ."

બાળા ગદ્દગદ્દ થઈ ગઈ.

સંત આગળ વધી ગયા. સાથે એમનો એક શિષ્ય પણ હતો. ગુરુની આ લીલા એની સમજમાં ન આવી. થોડા આગળ જઈને એણે પોતાની જીજ્ઞાસા પ્રગટ કરી, "ગુરુજી ! આપે ભિક્ષામાં ધૂળ કેમ લીધી ? ધૂળ આપણા શું કામની છે ?"

"તું ઠીક કહે છે, ધૂળ આપણા કોઈ કામની નથી. પણ બેટા, સંતોનું કામ કેવળ લેવાનું જ નથી, આપવાનું પણ છે."

"પણ આપે તેને શું આપ્યું છે ?"

"દાન આપવાનો સંસ્કાર." સંતજી હસીને બોલ્યા, "બેટા, જો એના કુટુંબની મુશ્કેલી જાણીને હું આગળ ચાલી નીકળત તો એ વાત એના મનને ખૂંચતી રહેત કે તે લોકો કોઈ કામના નથી. દરવાજે આવેલા સાધુને કાંઈક આપવાનું એમના સામર્થ્યમાં નથી અને આ વાત કાયમ માટે તેના કોમળ મનમાં ઢસી જાત અને જીવનભર તે પોતાને કોઈ જરૂરિયાતવાળાને કાંઈક આપવામાં નબળી અને અસહાય સમજતી રહેત. તેં જોયું નહીં એક મુઠ્ઠી ધૂળ આપ્યા પછી તે પોતાને કેટલી ગૌરવવંતિ

અનુભવી રહી હતી.

મારો વિશ્વાસ છે કે હવે તે કદી પણ કોઈ જરૂરિયાતવાળાને અથવા સાધુ-સન્યાસીને પોતાના દરવાજાથી ખાલી હાથ જવા નહીં દે. આજ ભાવના તેના કુટુંબની ગરીબાઈ દૂર કરવામાં મદદરૂપ થશે.''

શિષ્ય આશ્ચર્યથી સંતજીનું મ્હોં તાકતો રહી ગયો.

આ વાર્તાના ઘણા ઉદશ્ય અને શિક્ષાઓ છે -

- સંતોનું કાર્ય લેવાનું અવશ્ય હોય છે, પણ એ લેવાની પાછળ એનો ઉદ્દેશ્ય વ્યક્તિમાં બીજાની મદદ અને દાનનો સંસ્કાર પેદા કરવો પણ હોય છે.
- આપવાની ભાવના મનમાં હોય, તો ઈશ્વર આપણી જરૂરિયાતો પોતે પૂરી પાડે છે.
- આપણે જે આપીએ છીએ તેનાથી વધારે મેળવીએ છીએ.
- એ જ મેળવે છે જે આપે છે, જે આપી શક્તો નથી તેને મળતું પણ નથી.

તેથી વ્યક્તિએ પોતાના સામર્થ્ય અનુસાર જરૂરિયાત મંદોની મદદ કરે. આજ ભાવનાને 'વસુધૈવ કુટુમ્બકમ્' કહેવાયું છે. જ્યાં સુધી વ્યક્તિમાં વસુધૈવ કુટુમ્બકમની ભાવનાનો ઉદય થતો નથી, ત્યાં સુધી એને કશું પણ પ્રાપ્ત થતું નથી.

સ્વામી વિવેકાનંદે કહ્યું છે - ''આ સંસારમાં સદા દાતાનું સ્થાન ગ્રહણ કરો. બધું આપી દો અને બદલામાં કશું પણ મેળવવાની ઈચ્છા ન રાખો. પ્રેમ આપો, મદદ આપો, સેવા અર્પણ કરો, જે કાંઈ થોડું - ઘણું તમારાથી બની શકે છે તે જ આપો. આપવા વ્યવસાયિક દૃષ્ટિ કે ભાવ ન રાખો, ન કોઈ શરત રાખો. જે રીતે ઈશ્વર આપણને સ્વેચ્છાથી આપે છે, એ જ પ્રમાણે આપણે પણ સ્વેચ્છાથી આપીએ.'' □□□

કીડી જેવી હેસિયત અને ઘમંડ પહાડ જેવું

એક મોટો જમીનદાર હતો. નામ હતું આહિસ બાઈડિસ. જેટલો મોટો જમીનદાર હતો. એટલો જ મોટો એનો અહંકાર હતો. એને એની સંપત્તિ અને પ્રતિષ્ઠા પર બહુ ઘમંડ હતું.

એક દિવસ તે મહાત્મા સુકરાતના દર્શન કરવા પહોંચ્યો. પરિચય આપ્યા પછી જમીનદાર એમને પોતાના ઐશ્વર્ય અને સંપત્તિનું વર્ણન કરવા લાગ્યો. એના દરેક વાક્યમાં અહંકારની છાંટ હતી.

સુકરાત સમજી ગયા કે આ જમીનદાર અહંકારથી ભરેલો છે. તે ધીરજથી એની વાતો સાંભળ્યા પછી બોલ્યો, "સાચ્ચેજ તું તો બહુ મોટો જમીનદાર છે."

જમીનદારની છાતી ગર્વથી ફૂલી ગઈ અને ચહેરો અતિશય અહંકારથી ચમકવા લાગ્યો.

ત્યારે સુકરાતે પોતાના એક શિષ્ય પાસે દુનિયાનો નકશો મંગાવ્યો.

નકશો આવ્યા પછી સુકરાતે એને પોતાની સામે ફેલાવી દીધો અને જમીનદારને પૂછ્યું, "શું તું બતાવી શકે છે કે આમાં આપણો દેશ યૂનાન ક્યાં છે ?"

"આ રહ્યો આપણો દેશ." જમીનદારે એક સ્થાન પર આંગળી મૂકી દીધી.

અને તમારો પ્રાંત એટિકા ક્યાં છે ?"

જમીનદારની આંખો પોતાના પ્રાંતને શોધવા લાગી. બહુ

મુશ્કેલીથી તે તેને શોધી શક્યો, પછી એક ટપકા પર આંગળી મૂકીને બોલ્યો,

"આ રહ્યો એટિકા."

"એમાં તમારી જમીનદારી ક્યાં છે ?"

"મહાત્માજી, આ દુનિયાનો નકશો છે. એમાં આટલા મોટા પ્રાંત એટિકાને મુશ્કેલીથી એક ટપકા જેટલી જગ્યા મળી છે તો મારી નાનકડી જમીનદારીનું ભલા આમાં ક્યાં નામોનિશાન હશે."

"તેમ છતાં તું આટલું અભિમાન કરી રહ્યો છે. જે જમીનને આટલા મોટા નકશામાં એક ટપકાં જેટલી જગ્યા મળી નથી તેના પર તને આટલું અભિમાન તો બા-તોબા !

જમીનદારને પોતાના અભિમાન પર શરમ અનુભવવા લાગ્યો.

સુકરાતે પ્યારથી સમજાવતા કહ્યું, "જરા વિચારો, દુનિયામાં તારી શું ઓળખ છે ? શું સ્થિતિ છે તારી ? કાંઈ નહીં. તો પછી અભિમાન કેમ ? કઈ વાતનું અભિમાન છે તને ?"

જમીનદારે શરમથી મસ્તક ઝૂકાવી દીધું.

સુકરાતે વાતો વાતોમાં એને શિક્ષણ આપી દીધું કે દુનિયામાં તેની હેસિયત કીડીથી પણ ઓછી છે.

દોસ્તો, આ વાર્તાથી આપણને શિક્ષા મળે છે કે -

- વ્યક્તિએ કહી અભિમાન કરવું ન જોઈએ, કેમ કે કોઈ કેટલો પણ મોટો કેમ ન હોય, કેટલોય ધનવાન કેમ ન હોય, દુનિયામાં તે છેલ્લો નથી.
- અભિમાન માણસના પતનની પહેલી સીડી છે, જેના પર આનંદથી પગ રાખીને તે ચડી જાય છે અને પછી એક દિવસ પતનની કબરમાં તે સમાઈ જાય છે.

- ધન, દોલત કે ભગીરો ચાલતી દેખાતી નથી, પણ હકીકતમાં તે ચાલે છે અને માલિકી હક બદલતી રહે છે.
- જો વ્યક્તિ પાસે પૈસા છે તો તે તેનાથી સુકીર્તિ ખરીદે. ધન અને સંપત્તિ હાથનો મેલ છે. એના ચાલ્યા ગયા પછી આ સુકિર્તી જ એને સન્માન અપાવે છે.

□□□

સારા આચરણથી સુંદરતા નિખારો

યૂનાનના મહાન દાર્શનિક સુકરાત બહુ જ ધૈર્યવાન, વ્યવહાર-કુશળ, સહનશીલ તથા વિવેકી હતા. તેમના વિચાર ખૂબ જ ઉચ્ચ તથા સુંદર હતા, પણ જેટલા સુંદર એમના વિચાર હતા તેટલો જ કદરૂપો એમનો ચહેરો હતો.

એકવાર સુકરાત પોતાના ઓરડામાં અરિસા સામે ઉભા હતા.

તેજ વખતે એક શિલ્પ એ અંદર પ્રવેશ કર્યો અને સુકરાતને અરીસા સામે ઉભા જોઈને ખચકાઈ ગયો.

પછી એકાએક જ કોણ જાણે શું વિચારીને તેના હોઠો પર હાસ્ય ઉભરી આવ્યું. શિલ્પએ પોતાના હાસ્યને સુકરાતથી સંતાડવાની પૂરી કોશીષ કરી પણ એમની નજરોથી હાસ્ય સંતાઈ શક્યુ નહીં.

તે શિષ્યની નજીક જઈને બોલ્યા, “બેટા, હું ભણું છું કે તું કેમ હસી રહ્યો છે.”

શિષ્ય શરમાઈ ગયો. એટલા માટે કે ગુરુજીએ તેની અસભ્ય હરકત પકડી લીધી હતી. શરમ અને અપરાધ ભાવનાથી એનું માથું ઝૂકી ગયું.

સુકરાત બોલ્યા, “તું એ વિચારીને હસ્યો ને કે હું કદરૂપો છું, તેમ છતાં અરીસો જોઈ રહ્યો છું. આવું પહેલીવાર નથી, હું રોજ અરીસામાં

મારો કદરૂપો ચેહરો જોઉં છું."

શિષ્ય પહેલેથી જ ગભરાયેલો હતો, ગુરુની વાત સાંભળીને વધારે ગભરાઈ ગયો. એને સૂઝતું ન હતું કે કયા શબ્દોમાં ગુરુદેવની ક્ષમા માંગે માથું નમાવીને તે શરમથી ઊભો હતો અને વિચારી રહ્યો હતો કે અજાણતા તેનાથી આ કેવો ગુન્હો થઈ ગયો.

પ્રેમથી તેના માથે હાથ ફેરવીને સુકરાત બોલ્યા, "બેટા, અરીસો જોવાથી મને મારા કદરૂપાપણાનો અહેસાસ થાય છે અને આજ કદરૂપાપણાને ઢાંકવાની હું હંમેશા કોશિશ કરું છું કે વધારે સારા કામ કરું, હું સમાજની ભલાઈમાં લાગ્યો રહું, જેથી લોકો મારા સારા કામો વધારે જુએ નહીં કે મારા કદરૂપાપણાને."

"ગુરુદેવ, આનું તાત્પર્ય એજ કે રૂપવાન અને સુંદર લોકોએ અરીસો જોવો જ ન જોઈએ."

"ના, એમણે તો મારા જેવી કદરૂપી વ્યક્તિ કરતા વધારે વાર અરીસો જોવો જોઈએ, જેથી એમને ધ્યાન રહે કે તેઓ જેટલા સુંદર છે. એમના કામ પણ એટલા જ સુંદર, સારા અને ભલા હોવા જોઈએ. જે રીતે હું સારા કામોથી મારી કુરુપતા ઢાંકવાની કોશીષ કરું છું. એજ રીતે માણસના ખરાબ કામ એની સુંદરતાને ઢાંકી દે છે. વ્યક્તિના ગુણો-અવગુણોનો સંબંધ સુંદરતા કે કુરુપતાથી નહીં બલ્કે સારા-ખરાબ વિચારો અને કામોથી થાય છે. બેટા, સોનાના પ્યાલામાં જો ઝેર ભરેલું હોય તો પણ એને કોઈ પીવા નહીં ઈચ્છે, જ્યારે માટીના પ્યાલામાં અમૃત હોય તો તેને બધા પીવા ઈચ્છે."

ગુરુદેવનો ઉપદેશ મેળવીને શિષ્ય ધન્ય થઈ ગયો.

દોસ્તો, આ વાર્તાથી આપણને શિક્ષા મળે છે કે -

- રુપવાન વ્યક્તિને સદા એ વિચારીને સજાગ રહેવું જોઈએ કે ક્યાંક એના અવગુણ, એના ખરાબ કામ એની સુંદરતાને નાહ ન કરી દે, જ્યારે કુરુપ વ્યક્તિએ સારા કામો, સારા આચરણ અને ચારિત્ર્યબળથી પોતાની કુરુપતાને ઢાંકી દેવી જોઈએ.
- તનની સુંદરતાથી વધારે મૂલ્યવાન છે મનની સુંદરતા, વિચારોની સુંદરતા, કામોની સુંદરતા.

વ્યક્તિએ પોતાના કાર્યોથી, ચરિત્રથી, સારા આચરણથી પોતાને શણગારે. જેની પાસે આવા અમૂલ્ય આભૂષણો હોય, તેની સુંદરતામાં ચાર ચાંદ લાગી જાય છે, પછી ભલે તે ગમે તેટલો કદરૂપો કેમ ન હોય, દુનિયાને તે કેવળ સુંદર દેખાય છે.

□□□

દેવભક્તિથી મોટી છે દેશભક્તિ

સ્વામી રામતીર્થજીએ દિવસોમાં જાપાનની યાત્રા પર હતા. એમને ત્યાં એક સ્કૂલમાં પ્રવચન માટે આમંત્રિત કરવામાં આવ્યા. સ્વામીજીએ વિદ્યાર્થીઓ સમક્ષ પ્રવચન કર્યું.

આરામની પળોમાં એક નાનું બાળક જે એજ વિદ્યાલયનો વિદ્યાર્થી હતો એમની સમક્ષ આવી ઉભો રહ્યો.

સ્વામીજીએ એને પોતાની પાસે બેસાડી દીધો અને એનું નામ વગેરે પૂછ્યા પછી પ્રશ્ન કર્યો, "તું ક્યા ધર્મમાં માને છે ?"

"બૌદ્ધ ધર્મને" વિદ્યાર્થીએ ગર્વથી કહ્યું.

"મહાત્મા બુદ્ધ વિશે તારા શું વિચાર છે ?"

વિદ્યાર્થીએ મનોમન ભગવાન બુદ્ધને પ્રણામ કર્યા પછી કહ્યુ, "બુદ્ધ તો ભગવાન છે. એમના વિષે વ્યક્તિગત વિચારોની વ્યાખ્યા શું કરવી."

"શું તું કન્ફ્યુશિયસ વિષે જાણે છે ?"

"હા, તે એક મહાન સંત હતા."

"એમના વિષે તારા શું વિચાર છે ?"

"હું તેમને પ્રણામ કરું છું." બાળકે તેમને પણ મનોમન પ્રણામ કર્યા.

"તારા દેશ માટે તું શું કરી શકે છે ?"

"પ્રાણ શુદ્ધાં ન્યોછાવર કરી શકું છું."

માની લે કોઈ સેના તારા દેશ પર આક્રમણ કરી દે અને એ

સેનાના સેનાપતિ બુદ્ધ કે કન્ફ્યુશિયસ હોય તો તું શું કરીશ ?"

બાળકનો ચહેરો ક્રોધથી લાલ થઈ ગયો.

એની નાની મુઠ્ઠીઓ બંધ થઈ ગઈ. તે બોલ્યો, "હું મારી તલવારથી બુદ્ધનું માથું કાપી નાખીશ અને કન્ફ્યુશિયસને પગ નીચે કચડી નાખીશ."

બાળકનો ઉત્તર સાંભળીને સ્વામી રામતીર્થ અત્યંત પ્રસન્ન થયા. એમણે એ બાળકનું મુખ ચુમી લીધું અને બોલ્યા, "ધન્ય છે જાપાન. જે દેશમાં તારા જેવા દેશભક્ત હોય, એ દેશનો કોઈ વાળ પણ વાંકો કરી શક્તો નથી."

દોસ્તો, આ વાર્તાથી આપણને શિક્ષા મળે છે કે -

- આપણે દેવભક્ત હોઈએ એ સારી વાત છે, પણ એનાથી પણ પહેલા આપણા મનમાં દેશભક્તિ હોવી જોઈએ, કેમ કે દેશ, દેવથી પણ મોટા છે. દેશ છે તો દેવ છે, દેશ નહીં તો દેવ નહીં.
- જે રાષ્ટ્ર ગુલામ થઈ જાય છે, ગુલામ બનાવવાવાળા ત્યાંના દેવોને પણ નષ્ટ-ભ્રષ્ટ કરી દે છે.
- સાચો દેશભક્ત એજ છે જે દેશ માટે પોતાના દેવનું પણ બલિદાન કરી દે.

□□□

નેપોલિયનની જીતનું રહસ્ય

મધ્યરાત્રી વીતી ચૂકી હતી. પોતાની શિબિરમાં નેપોલિયન ગાઢ નીંદ્રામાં સૂઈ રહ્યો હતો. અચાનક આપાતકાલિન ઘંટડી વાગી. તત્ક્ષણ નેપોલિયનની આંખ ખૂલી ગઈ અને તે સજાગ થઈને બેસી ગયો.

તેવામાં ગભરાયેલા સેનાપતિએ એના ખંડમાં પ્રવેશ કર્યો. તે બહુ ગભરાયેલો અને હતાશ હતો.

નેપોલિયને એને પૂછ્યું, "શું વાત છે ?"

"મહારાજ, જે પડોશી દેશને આપણે આપણો મિત્ર સમજતા હતા. એણે જ આપણા સૈનિકો પર અડધી રાત્રે હુમલો કરી દીધો છે. મારી સમજમાં આવતું નથી કે આવામાં શું કરવું. મિત્ર દેશ તરફથી આપણે પૂરેપૂરો નિશ્ચિંત હતા, એટલે આપણે કોઈ રણનીતિ પણ બનાવી નથી."

"તમે નિશ્ચિંત હતા સેનાપતિ, પણ નેપોલિયન ક્યારેય પણ કોઈ તરફથી બેખબર રહેતો નથી. એ ઠીક છે કે એ આપણો મિત્ર છે, પણ મિત્રતાની બુનિયાદ કેટલી મજબૂત છે એ પણ જોવું જરૂરી હોય છે, મને શંકા હતી કે ભવિષ્યમાં વિશ્વાસઘાત થઈ શકે છે, એટલે મેં આ સ્થિતિનો સામનો કરવા પહેલેથી જ રણનીતિ બનાવી રાખી છે, મેજ પર રાખેલા પેલા નકશાને જુઓ અને એમાં દર્શાવેલા સ્થળો પર મોર્ચાબંધી કરીને જવાબી હુમલો કરો. જીત આજે પણ આપણી થશે."

સેનાપતિ ઝડપથી મેજ તરફ ધસ્યો અને એના પર રાખેલા નકશાને ઊંડી નજરે અભ્યાસ કરવા લાગ્યો.

નેપોલિયનની સજગતા અને દૂરદર્શિતા જોઈને તે હેરાન હતો.

સેનાપતિને આશ્ચર્યચકિત જોઈને નેપોલિયન હસીને બોલ્યો, "વિચારશીલ લોકો સારામાં સારી આશા રાખે છે પણ ખરાબમાં ખરાબ પરિસ્થિતિ માટે પણ હંમેશા તૈયાર રહે છે. મારી માનસિક્તા કાયમ આવી જ રહી છે. એટલે મને વિપત્તિ આવે એ પહેલા એનું અનુમાન કરવા અને ઉપાય શોધવામાં સંકોચ થતો નથી."

જે વાતની કોઈએ કલ્પના સુદ્ધાં કરી ન હતી, નેપોલિયનને પહેલેથી જ એનો સંશય હતો અને મિત્ર ગણાતા દેશ વિરુદ્ધ પણ ઠોસ રણનીતિ બનાવી રાખી હતી. એજ કારણ છે કે નેપોલિયન હંમેશા વિજયી રહ્યો.

નકશાનો અભ્યાસ કરીને સેનાપતિ ઝડપથી બહાર જતો રહ્યો.

એણે એવું જ કર્યું, જેવું નેપોલિયને તેના નકશામાં અંકિત કરી રાખ્યું હતું.

કહેવાની જરૂર નથી કે જીત નેપોલિયનની સેનાની જ થઈ. નેપોલિયનને પોતાની પ્રત્યે ગાફેલ સમજીને હૂમલો કરનારો સેનાને ન કેવળ ઊંધા માથે પટકાવું પડ્યું, પરંતુ શમુ પક્ષની સેના એ જોઈને સ્તબ્ધ થઈ ગઈ કે નેપોલિયનની સેનાએ બહુ થોડા સમયમાં એમને કાબૂમાં કરી દીધા.

આ વાર્તાથી આપણને શિક્ષા મળે છે -

◆ જે સદા ચોકન્ના, સતર્ક અને જાગૃત રહે છે, તેમને કોઈ હરાવી

શકતું નથી.

- નેપોલિયનની સતર્કતા, દૂરદર્શિતા અને સૂઝબૂઝે જ એને વિજેતા બનાવ્યો.
- જીવન સંગ્રામમાં મિત્રોને શત્રુ અને શત્રુઓને મિત્ર બનતા વાર નથી લાગતી, તેથી વ્યક્તિએ નેપોલિયનની જેમ દરેક સ્થિતિ માટે પોતાને પહેલાથી જ તૈયાર રાખવા જોઈએ.
- સફળતાના નશામાં ચૂર થઈને લાપરવાહ ન બની જવું જોઈએ.
- સફળતા મેળવવી મોટી વાત જરૂર છે, પરંતુ સફળતાને ટકાવી રાખવી એનાથી પણ મોટી અને અહમ વાત છે.

□□□

વિવેકનો સાચો ઉપયોગ

એક દિવસ મહાન દાર્શનિક સુકરાત પોતાના શિષ્યો સાથે બેઠા હતા. કોઈ આધ્યાત્મિક વિષય પર ગંભીર ચર્ચા થઈ રહી હતી. અચાનક એક જ્યોતિષ ત્યાં આવી પહોંચ્યા. તે ચહેરો જોઈને ચરિત્ર બતાવવા માટે જાણીતા હતા.

એણે ધ્યાનથી સૂકરાતને જોયા. સુકરાત દેખાવમાં બહુ કદરૂપા હતા. એક કદરૂપી વ્યક્તિને આ રીતે ઊંચા આસને બેસેલા જોઈને એને સારું ન લાગ્યું.

કેમ કે સુકરાતના શિષ્યોએ એનો યોગ્ય આદર કર્યો ન હતો. એટલે એણે વધારે બળાપો કાઢ્યો. તેણે ઝીવણટથી કુદરાતે જોતા તેના શિષ્યોને કહ્યું, "તમે લોકો મહામૂર્ખ છો. આ વ્યક્તિને તમે તમારો ગુરુ બનાવ્યો છે, એનું આટલું સન્માન કરો છો, પણ આ વ્યક્તિ યોગ્ય નથી. એનું ચારિત્ર્ય ગંદુ છે. એના નસકોરાની રચના બતાવી રહી છે કે એનામાં ક્રોધ ઠાંસી-ઠાંસીને ભરેલો છે.

સુકરાતના શિષ્યો આટલું સાંભળીને એ જ્યોતિષને મારવા દોડ્યા.

સુકરાતે તરત જ એમને રોકી લીધા અને કહ્યું, "આ વિદ્વાન માણસ છે, એમને બોલવા દો."

સુકરાતની વિનમ્રતા જોઈને એ વ્યક્તિ વધારે ચિઢાયો, "હું સત્યને સંતાડીને સત્યનું અપમાન નથી કરવા માંગતો. આ વ્યક્તિના માથા અને કપાળની રચનાથી જાણ થાય છે કે એ અત્યંત લાલચી છે. એની દાઢી એના ઝનૂની હોવાનું પ્રમાણ છે, એના હોઠો અને દાંતોનો આકાર બતાવી

રહ્યો છે કે એનામાં દેશદ્રોહિની ભાવના ઠાંસી ઠાંસીને ભરેલી છે."

સુકરાતે હસીને એને સન્માનપૂર્વક બેસાડ્યો અને એનો ખૂબ આદર-સત્કાર કર્યો.

સુકરાતના શિષ્યો હેરાન હતા. તેમની મૂંઝવણ ત્યારે વધી ગઈ જ્યારે સુકરાતે એ વ્યક્તિને સુંદર ભેટ આપીને માન સહિત વિદાય કર્યો.

એક શિષ્યથી રહેવાયું નહીં. તે પૂછી બેઠો, "ગુરુદેવ, તે માણસ આટલો આડો અવળો બકવાસ કરતો રહ્યો અને.... તમે એને આટલું માન આપ્યું, કેમ ?"

"આડો અવળો બકવાસ નહીં." ગંભીર થઈને સુકરાત બોલ્યા. "એણે જે કંઈ પણ કહ્યું, સાચું કહ્યું અને સત્યથી મ્હોં સંતાડવું બહુ ખરાબ વાત છે."

"એટલે....એટલે કે તમે એવાજ છો જેવું એણે કહ્યું ?"

"હાં, એણે જ કહ્યું છે તે સાચું છે, મારામાં એ બધા અવગુણ છે, પણ...."

"પણ શું ગુરુદેવ ?"

"ક્રોધાવેગમાં એનાથી એક ભૂલ થઈ ગઈ."

"કેવી ભૂલ ?"

"એણે મારા વિવેક પર ધ્યાન જ ન આપ્યું જેની શક્તિથી હું મારા બધા દુર્ગુણોને કેદ કરીને રાખું છું."

શિષ્યવૃંદ આશ્ચર્યથી સુકરાતનું મ્હોં તાકવા લાગ્યા.

આ વાર્તાથી આપણને શિક્ષા મળે છે -

- વ્યક્તિએ સત્યનું મ્હોં બંધ ન કરવું, માણસમાં સત્યને કહેવાની અને સાંભળવાની શક્તિ હોવી જોઈએ.

- અવગુણ પ્રત્યેક વ્યક્તિમાં હોય છે, પણ એને સ્વીકાર કોઈ વિરલો જ કરી શકે છે, જેમ મહાત્મા સુકરાતે સ્વીકાર કર્યું.
- વિવેક અને ફક્ત વિવેક જ એક માત્ર એવી શક્તિ છે, જેના વડે વ્યક્તિ પોતાના અવગુણો પર અંકૂશ મેળવી શકે છે. તેથી વ્યક્તિ પોતાના વિવેકનો સાચો ઉપયોગ કરે.

□□□

તો સિકંદર અરસ્તૂ જેવા ગુરુ ક્યાંથી મળતાં

સિકંદર પર વિશ્વ વિજેતા બનવાનું ઝનૂન સવાર હતું. તે એક દેશને જીતતો અને બીજા દેશને જીતવાની ઇચ્છા લઈને આગળ વધતો જતો. લશ્કર આગળ વધતું ગયું, દુનિયા જીતાતી ગઈ.

સિકંદરના ગુરુ અરસ્તૂ એની સાથે હતા.

એક ગીચ જંગલને પાર કરી અચાનક કાફલો રોકાઈ ગયો.

સામે એક ઊંડું નાળું હતું.

અરસ્તૂએ એલાન કર્યું, "નાળું પહેલા હું પાર કરીશ, સિકંદર અને બાકીનું સૈન્ય પછી આવશે."

ગુરુનો આદેશ પત્થરની લકીર માની જતી હતી, પણ અપ્રત્યક્ષ રીતે એ દિવસે અચાનક સિકંદરે ગુરુની આજ્ઞા માનવાનો ઈનકાર કરી દીધો, "ના ગુરુદેવ, તમે નહીં, પહેલા હું નાળું પાર કરીશ."

અરસ્તૂ સ્તબ્ધ થઈ ગયા.

લશ્કરમાં સન્નાટો વ્યાપી ગયો.

આ શું ! ઘોર આશ્ચર્ય ! સિકંદરે ગુરુની આજ્ઞા માનવાનો ઈનકાર કરી દીધો.

"સિકંદર, તું મારી આજ્ઞાનું ઉલ્લંઘન કરી રહ્યો છે," સ્તબ્ધ અરસ્તૂએ સખ્ત નારાજગીથી કહ્યું.

"મજબૂરી છે ગુરુદેવ, ક્ષમા માંગું છું," કહીને સિકંદરે પોતાના ઘોડાને નાળામાં ઉતારી દીધો અને કહ્યું, "જ્યારે હું સહી સલામત સામેની તરફ પહોંચી જઉં ત્યારે જ બાકીના લોકો નાળું પાર કરે."

સિકંદરનો ઘોડો નાળામાં ઉતરીને આગળ વધવા લાગ્યો.

ગુરુ અરસ્તૂ સહિત બધા લોકો સિકંદરને શ્વાસ રોકીને જોતા રહ્યાં. બધાના મનમાં આશંકા હતી. ક્યાંક કોઈ દુર્ઘટના ન બની જાય.

અરસ્તૂને સમજાયું નહીં કે આખરે સિકંદરે એની આજ્ઞાની અવહેલના કરીને આ રીતે પોતાનું જીવન સંકટમાં કેમ મૂકી દીધું ?

થોડા સમય પછી સિકંદર નાળાના બીજા કિનારે સહીસલામત જઈ પહોંચ્યા, ત્યારે બધાએ રાહતનો શ્વાસ લીધો. એ પછી બાકીની સેના આગળ વધી અને કોઈ ડર વગર નાળું પાર કરી ગઈ, પછી અરસ્તૂ અને સેનાપતિએ પણ નાળું પાર કર્યું.

સિકંદરે જોયું ગુરુ આમોશ હતા અને તેમના ચહહેરા પર નારાજગીના ભાવ હતા.

સિકંદરે એની સેનાને સંબોધિત કરતા કહ્યું, "મારા બહાદૂર સૈનિકો, તમે બધા અને મારા ગુરુ વિચારી રહ્યાં હશો કે મેં આજે ગુરુની આજ્ઞા કેમ ન માની. હું સ્પષ્ટ કરી દેવા માંગું છું કે આ નાળું આપણા માર્ગમાં એકદમ અચાનક આવ્યું. આપણને એના વિષે કાંઈ ખબર ન હતી અને ગુરુજીની ઇચ્છા હતી તેઓ સૌથી પહેલા નાળું પાર કરે. હવે તમે લોકો જ કહો કે હું ગુરુનું જીવન સંકટમાં કેવી રીતે નાખી દેતો !"

જેવા અરસ્તૂએ સિકંદરના વિચાર સાંભળ્યા, એમનો બધો ગુસ્સો દૂર થઈ ગયો. એમની આંખોમાં સન્માન અને આંસૂ તગતગવા લાગ્યા. એમણે સિકંદરને છાતી સરસો ચાંપી લીધો અને બોલ્યા, "પણ સિકંદર તેં તારું જીવન સંકટમાં કેમ નાખ્યું ? હું તો વૃદ્ધ છું. જો મને કાંઈક થઈ પણ જાય તો શું ફરક પડવાનો હતો."

"ગુરુદેવ, જો મને કાંઈક થઈ જાય તો તમારામાં એક નવો સિકંદર બનાવવાની યોગ્યતા છે, પણ જો તમને કશું થઈ જાત તો સિકંદરને તમારા જેવા ગુરુ ક્યાંથી મળત ?"

અરસ્તૂ પ્રશંસા ભરેલી આંખે સિકંદરને જોવા લાગ્યા - 'શિષ્ય હોય તો સિકંદર જેવો.'

દોસ્તો આ વાર્તાથી આપણને શિક્ષા મળે છે -

- ગુરુનો સદા આદર કરવો જોઈએ. ગુરુનું અહેસાન વ્યક્તિ સાત જન્મ સુધી ઉતારી શકતો નથી.
- ગુરુ પ્રત્યે આપણા મનમાં કાયમ સમર્પણની ભાવના રાખવી જોઈએ.

□□□

દેવું કરીને ખોટો વૈભવ ન દેખાડો

એકવાર કેટલાક કિશોર છાત્રોએ કોઈ પહાડ પર જઈને પિકનિક મનાવવાનો પ્રોગ્રામ બનાવ્યો. નક્કી થયું કે બધા બાળકો પોતાના ઘેરથી કાંઈકને કાંઈક ખાવાનો સામાન લાવશે.

આ વિદ્યાર્થીઓમાં એક વિદ્યાર્થી એવો પણ હતો. જે બહુ ગરીબ ઘરનો હતો. ઘેર જઈને એણે એની માને બધી વાત જણાવી. પણ એની આશાઓ પર ત્યારે પાણી ફરી ગયું જ્યારે માએ જણાવ્યું કે ઘરમાં એને આપવા માટે કાંઈ છે જ નહીં.

બાળકનું મન હતાશ થઈ ગયું.

માએ લાડકવાયાના ઝંખવાયેલો ચહેરો જોયો તો એના હૃદયમાં પીડા થઈ. કઈ મા તેના લાડલાને ખુશ જોવા ન ઈચ્છે. અચાનક માને યાદ આવ્યું કે ઘરમાં થોડી ખજૂર રાખી છે. માએ તત્કાલ દીકરાને બોલાવીને ખજૂર લઈ જવા કહ્યું. છોકરો ખુશ થઈ ગયો. પછી એની માએ પોતાના મનમાં વિચાર્યું. 'ખજૂર પણ કાંઈ લઈ જવાની વસ્તુ છે. બીજા છોકરા પોતાના ઘરેથી કોણ જાણે શું-શું બનાવીને લાવશે અને હું એને ખાલી ખજૂર લઈને જવાનું કહી રહી છું. શું આ સારું લાગશે ?'

મનમાં સવાલ ઉઠ્યો તો મને જ જવાબ આપ્યો, 'ના'

માએ તરત પોતાનો વિચાર બદલીને બેટાને કહ્યું, "તારા પિતાજી આવતા જ હશે. જેવા એ આવશે, તારા પિકનિક પર લઈ જવા માટે કોઈને કોઈ સારી વસ્તુની વ્યવસ્થા જરૂર કરી દેશે."

બાળક નિરાશ થઈને એકબાજુ બેસી ગયો. થોડીવાર પછી એના પિતા ઘેર આવ્યા. બેટાને ઉદાસ જોઈને એમણે પોતાની પત્નિને કારણ પૂછ્યું, તો એમણે આખી વાત જણાવી દીધી. પિતાજીનું ખીસ્સું પણ એ વખતે બિલકુલ ખાલી હતું.

હવે શું કરી શકાય ?

પતિ-પત્નિ ઘણીવાર સુધી પરસ્પર વિચાર-વિમર્શ કરતા રહ્યાં. આંગણામાં બેસેલો છોકરો એમને જોતો રહ્યો. એને દુઃખ હતું કે એને કારણે એના માતા-પિતા દુઃખી છે.

થોડીવાર પછી એણે જોયું કે એના પિતા ઉઠ્યા અને ચંપલ પહેરીને ક્યાંક જઈ રહ્યાં છે.

બાળકને કાંઈક શંકા ગઈ.

એણે ઉઠીને એમનો રસ્તો રોકી લીધો અને નમ્રતાથી પૂછ્યું, "ક્ષમા કરો, પિતાજી શું હું જાણી શકું છું. તમે ક્યાં જઈ રહ્યાં છો ?"

"બેટા, તારી આ ઉદાસી મારાથી જોવાતી નથી." પિતાના અવાજમાં અફસોસ હતો, "હું મારા કોઈ મિત્ર પાસેથી પૈસા ઉધાર લઈને આવું છું."

"ના પિતાજી, ઉધાર માંગવું સારી વાત નથી. આમ પણ હું પિકનિક પર જવા માંગતો નથી. જો જવું જ પડશે તો ઘરમાં ખજૂર છે જ, હું તે જ લઈ જઈશ, દેવું કરીને શાન દેખાડવી ખરાબ વાત છે."

પિતાએ પુત્રને છાતી સરસો ચાંપી દીધો. એમને ગર્વ થયો પોતાના પુત્ર પર અને એ ગર્વ એમને પોતાના બેટા પર જીવનભર રહ્યો એમનો દીકરો આગળ જતા 'પંજાબ કેસરી' લાલા લાજપતરાયના નામથી પ્રખ્યાત થયો.

મિત્રો, આ વાર્તા આપણને શિક્ષા આપે છે -

- વ્યક્તિએ દેવું કરીને જૂઠી શાન દેખાડવી ન જોઈએ.
- ઘણા લોકો દેવું કરીને ઘી પીએ છે, એટલે જુઠ્ઠા વૈભવનું પ્રદર્શન કરે છે. જોવામાં આવ્યું છે કે આવા લોકોને ક્યારેક તો શરમજનક પરિસ્થિતિ સહન કરવી પડે છે, કેમ કે સત્ય તરત પ્રકાશમાં આવી જાય છે.
- લાલા લાજપતરાયના વિચાર બાળપણથી જ મહાન હતા. જો આપણે વિશ્વના મહાન લોકોનો અભ્યાસ કરીએ તો જોઈશું કે એમને કોઈએ ઉપર નથી ઉઠાવ્યા પણ શરૂઆતથી જ એમના વિચાર મહાન હતા અને પોતાના વિચારોને કારણે જ તેઓ મહાન બન્યા.
- તમે જેવા છો તેવા જ દુનિયા સમક્ષ રજૂ થાવ. ચહેરા પર લગાવેલો નકાબ વધારે સમય સુધી તમારી વાસ્તવિક્તા સંતાડી નહીં શકે.

□□□

નાનાની કમાલ

એક નાનો બાળક હતો, લોકો એને નાનો કહીને બોલાવતા હતા. નાનું કદ, પાતળું દુબળું શરીર. જેટલું નાનું એનું કદ હતું. એટલા જ મહાન એના વિચાર હતા. જેટલું નબળું શરીર હતું. એટલી જ એનામાં દૃઢ સંકલ્પ શક્તિ હતી. આત્મવિશ્વાસ તો નાનામાં ઠાંસીને ભરેલો હતો.

તે ઉત્તરપ્રદેશના એક ગામડામાં તેના કુટુંબ સાથે રહેતો હતો. કુટુંબ ગરીબ હતું, પણ નાનાએ વિચારી રાખ્યું હતું કે ભણી-ગણીને એને કાંઈક બનવું છે અને દેશ માટે કાંઈક કરવું છે. એ દિવસોમાં દેશ ફિરંગીઓનો ગુલામ હતો, ત્યારે પણ દેશમાં એવા ઘણા બહાદૂર નરબંકા હતા જેઓમાં કાંઈક કરી દેખાડવાનું ઝનૂન હતું. આવું જ ઝનૂન નાનામાં હતું, એટલે તે ખૂબ મન લગાડીને ભણતો હતો.

નાની સ્કૂલ નદીની પેલે પાર હતી. તે પોતાના મિત્રોની સાથે હોડીથી નદી પાર કરીને સ્કૂલે જતો હતો.

એક દિવસ સહાધ્યાયીઓની સાથે સ્કૂલ જવા માટે નાનો હોડીમાં સવાર થયો. નાવિક દરેક બાળક પાસે બે પૈસા ભાડું લેતો હતો. હોડી છોડ્યા પહેલા એણે બાળકો પાસે ભાડું માંગ્યું. લગભગ બધા બાળકોએ બે-બે પૈસા આપી, પણ નાના પાસે ફક્ત બે પૈસા હતા. જો એ ભાડું આપી દેતો તો બપોરનું ખાણું ક્યાંથી ખાત, તેથી તેણે નાવિકને કહ્યું, "આજે મારી પાસે બે પૈસા જ છે. જો હું આ બે પૈસા

પણ તને આપી દઉં તો બપોરનું ખાણું ક્યાંથી ખાઈશ.''

''ભાડું નથી તો હોડીમાંથી ઉતરી જા.''

નાનો ઉતરી ગયો, પણ એણે મનોમન વિચારી લીધું કે સ્કૂલે તો અવશ્ય જઈશ. ભણવાની એટલી ધગશ એના મનમાં હતી કે એક દિવસની રજા પણ તેને મંજૂર ન હતી. પૈસા સંભાળીને ખીસ્સામાં મૂક્યા અને દફતર તેના એક મિત્રને આપીને કહ્યું, ''આને રાખ, સ્કૂલે પહોંચીને લઈ લઈશ.''

પણ તું સ્કૂલે પહોંચીશ કેવી રીતે ?'' મિત્રએ મૂંઝવણથી પૂછ્યું, ''હોડી તો તેં છોડી દીધી ?''

નાવિક પણ આશ્ચર્યથી નાનોનો ચહેરો જોવા લાગ્યો.

નાના એના નાના હોઠો પર હાસ્ય ઉભરી આવ્યું. ,છી 'આમ' કહીને એણે નદીમાં છલાંગ લગાવી દીધી.

સહાધ્યાયીઓના મ્હોંમાથં આશ્ચર્યભરી ચીસો નીકળી ગઈ.

નાવિક પણ નાનાનું સાહસ જોઈને આશ્ચર્યચકિત થઈ ગયો.

આત્મવિશ્વાસથી ભરેલો તેના મજબૂત ઈરાદા સાથે નદીની લહેરો સાથે સંઘર્ષ કરતો સામેના કિનારા તરફ આગળ વધવા લાગ્યો. નાવિકે હોડીની રસ્સી ખૂટાથી છોડી અને હોડીમાં બેસીને હલેસા મારવા લાગ્યો. તેની આગળ નાનો પણ તરતા નદી પાર કરવાના તેના લક્ષ્યમાં લાગુ રહ્યો.

આગળ નાનો પાછળ હોડી અને એમાં બેઠેલા એના સહાધ્યાયીઓ તેઓ હેરાન હતા. નાનાએ આ શું કર્યું. એક દિવસના અભ્યાસ માટે જીવન જોખમમાં મૂકી દીધું. તેઓ મનોમર ઈશ્વર પાસે નાનાની સલામતીની પ્રાર્થના કરવા લાગ્યા.

જેના ઈરાદા દઢ હોય, જે આત્મવિશ્વાસથી ભરેલા હોય, પ્રચંડ લહેરો પણ એનું કશું નથી બગાડી શક્તી.

નાનાએ ક્ષેમકુશળ બીજા કિનારે પહોંચીને જ શ્વાસ લીધો.

એના હોઠો પર વિજયી હાસ્ય હતું.

બુલન્દ ઈરાદા, ઊંચા વિચાર અને અતૂટ વિશ્વાસથી ભરેલા આ બાળકનું સાચું નામ હતું - લાલ બહાદુર શાસ્ત્રી, જેમને સ્વતંત્ર ભારતના બીજા વડાપ્રધાન બનવાનું ગૌરવ પ્રાપ્ત થયું.

મિત્રો, આ વાર્તાથી આપણને શિક્ષા મળે છે કે -

- ઉંચા સ્થાનને જો પ્રાપ્ત કરવું છે તો શરૂઆતથી જ ઈરાદાઓને મજબૂત અને આત્મવિશ્વાસને દઢ રાખવો જોઈએ.
- વ્યક્તિની પ્રવૃત્તિ લડાયક હોવી જોઈએ. જે પરિસ્થિતિઓનો સામનો કરવાનું જાણે છે તેજ વિજેતા બને છે.
- પરિસ્થિતિઓ સામે ઘૂંટણ ટકવી દેનાર અને ...... પ્રકારનું જીવન જીવવાવાળા લોકો કદી પણ કઠણ પરિસ્થિતિઓમાંથી બહાર આવી શક્તા નથી અને અંતે એમને ગુમનામીનું અસફળ જીવન જીવવું પડે છે.
- વિચાર ઉંચા હોય, મનમાં દઢતા તેમજ આત્મવિશ્વાસ હોય, પરિસ્થિતિઓ સામે લડવાનું ઝનૂન હોય તો કોઈ પણ નાનો શાસ્ત્રીજી જેવો મહાન બની શકે છે.

□□□

વિશ્વાસની શક્તિ

એક સમયની વાત છે. દેશના એક ગામડામાં દુકાળ પડ્યો. ઘણા વર્ષોથી વરસાદ પડ્યો નથી. ચારે તરફ દુકાળ અને ભૂખમરાની સ્થિતિ ઉત્પન્ન થઈ ગઈ. ધરતી સૂકાઈને ફાટવા લાગી.

જ્યારે વરસાદ ન થયો તો ખેતી કેવી રીતે થાય. લોકો અનાજ માટે તરસવા લાગ્યા. આખા ગામમાં હાહાકાર મચી ગયો.

ગામના પંચોએ પંચાયત બોલાવી અને આ દૈવીય આફતમાંથી ઉગરવાનો કોઈ માર્ગ શોધી કાઢવા માટે વિચાર-વિમર્શ થયો. બધા એ વાત પર સહમત હતા કે કોઈ કારણસર ગામ દેવી અપ્રસન્ન છે, એને પ્રસન્ન કરવામાં આવે ત્યારે જ વરસાદ આવશે અને દૂકાળ દૂર થશે.

તેમના એ અભિપ્રાય સાથે બધા લોકો ગામના મંદિરે પહોંચ્યા અને પુજારીની સામે પોતાનો વિચાર મૂક્યો. પુજારીજી પણ તેમના વિચાર સાથે સહમત થઈને બોલ્યા, "દેવીને પ્રસન્ન કરવાનો એક ઉપાય છે."

"તે ઉપાય શું છે પૂજારીજી ?" મુખીએ પૂછ્યું.

"એક યજ્ઞ કરવામાં આવે. જેમાં ગામના પ્રત્યેક ઘરની પ્રત્યેક વ્યક્તિ ભલે તે યુવાન હોય, બાળક હોય, પ્રૌઢ હોય, મહિલા હોય કે પુરૂષ હોય બધા હાજર રહે અને યજ્ઞમાં સાચા મન તેમજ પૂરા વિશ્વાસથી આહુતિ આપે."

બધાએ પૂજારીજીની સલાહનું સમર્થન કર્યું. યજ્ઞનો દિવસ પૂજારીજી એ નક્કી કરી દીધો. પૂનમના દિવસે શુભમૂર્હત વખતે યજ્ઞ નક્કી થયો.

પાંચ દિવસ પછી પૂનમ હતી.

સવારથી જ બધા લોકો પૂજાની સામગ્રી, ફળ ફૂલ વગેરે લઈને યજ્ઞ સ્થળ પર એકઠા થવા લાગ્યા. મોટા અને ખૂલ્લા સ્થાન પર એક મોટો અગ્નિકૂંડ સ્થાપિત કરવામાં આવ્યો.

શૂભમુર્હત થતા પૂજારીજીએ ગ્રામદેવીને આમંત્રણ આપ્યું અને વેદમંત્રોની સાથે યજ્ઞ શરૂ થઈ ગયો.

લોકો યજ્ઞમાં ખુશી-ખુશી ભાગ લઈ રહ્યાં હતા.

વારાફરતી બધાએ યજ્ઞમાં આહૂતિ આપી.

ઘણા કલાકો સુધી યજ્ઞ ચાલતો રહ્યો, જેમ જેમ યજ્ઞ આગળ વધતો હતો, તેમ તેમ લોકોની દૃષ્ટિ આકાશની તરફ ઉઠી રહી હતી કે ક્યાંક વરસાદના વાદળ દેખાઈ જાય.

વાદળોનું દૂર સુધી નામો નિશાન ન હતું. સૂર્યદેવ પ્રચંડ રીતે આકાશમાં ચમકી રહ્યાં છે. ગરમી એટલી હતી કે લોકો સળગી રહ્યાં હતા.

એક તો સૂરજની તેજ કિરણો, બીજું અગ્નિકુંડને સ્પર્શીને આવતી ગરમ હવા. લોકોનું યજ્ઞસ્થળ પર બેસવું મુશ્કેલ થઈ ગયુ. થોડીવાર પછી યજ્ઞ સમાપ્ત થવા આવ્યો, પણ મોસમમાં કોઈ પ્રકારનો બદલાવ દેખાયો નહીં.

લોકોની ધીરજ ખૂટવા લાગી.

કોઈએ પૂજારીને કહ્યું, "પૂજારીજી, યજ્ઞ સમાપ્ત થવાની તૈયારીમાં છે અને આકાશમાં દૂર દૂર સુધી વાદળોનું નામોનિશાન નથી. લાગે છે

દેવીએ યજ્ઞ સ્વીકાર કર્યો નથી, અમારી આહૂતિઓ નકામી ગઈ."

"ચોક્કસ યજ્ઞમાં કોઈ ખામી રહી ગઈ છે." પૂજારીએ કહ્યું, "મેં કહ્યું હતું કે ગામની પ્રત્યેક વ્યક્તિ બાળક, વૃદ્ધ સ્ત્રી, પુરૂષ બધા આ યજ્ઞમાં સાચા મન અને પૂરા વિશ્વાસ સાથે આહૂતિ આપશે. લાગે છે યજ્ઞની શરત પૂરી થઈ નથી. જરૂર કોઈ છે જે આહૂતિ આપવા નથી આવ્યો."

લોકોમાં ગુસપુસ થવા લાગી. બધા પોતપોતાના કુટુંબ તરફ જોવા લાગ્યા. ત્યારે એક વૃદ્ધ સ્ત્રી ઊભી થઈને બોલી, "પૂજારીજી, મારો દિકરો આહૂતિ આપવા આવ્યો નથી."

"તો જાવ, જલ્દી એને બોલાવી લાવો."

ત્યારે લોકોએ જોયું, સાત-આઠ વરસનો એક બાળક દૂરથી ચાલ્યો આવતો હતો. એના હાથમાં એક થાળી હતી. જેમાં થોડાક ફૂલ વગેરે રાખ્યું હતું. સૌથી આશ્ચર્યની વાત એ હતી કે એની બગલમાં છતરી દાબેલી હતી.

છોકરો નજદીક આવ્યો તો ગામના મુખીએ એને ધમકાવ્યો, "કેમ રે, તું ક્યાં રહી ગયો હતો. તારા લીધે યજ્ઞ કરવો વ્યર્થ થઈ ગયું. બધાની આહૂતિઓ વ્યર્થ ગઈ. હવે અહીં શું કરવા આવ્યો છે ભાગ અહીંથી."

"મુખિયાજી, હું પહેલા પાસેના ગામ ગયો - ફૂલ લેવા. ફૂલ-ફળ થાળીમાં રાખીને ચાલવા લાગ્યો તો ધ્યાન ગયું કે જ્યારે યજ્ઞ થઈ રહ્યો છે તો વરસાદ આવશે જ, પાછા વળતાં હું અને મારી મા પલળી જઈશું. એટલે મારે છત્રી લેવા બીજા ગામ મારા મિત્ર પાસે જવું પડ્યું, અટલે મોડું થઈ ગયું."

"મૂરખ" મુખિ બરાડ્યો, "તું શું સમજે છે કે તારા આહૂતિ નાખવાથી જ વરસાદ થશે."

"મુખિયાજી" પૂજારીએ હસ્તક્ષેપ કર્યો, "છોકરાને યજ્ઞ કુન્ડમાં આહૂતિ નાખવા દો, જેથી યજ્ઞનો સંકલ્પ પૂરો થાય."

પૂજારીજીના કહેવાથી બાળક યજ્ઞ-વેદીની નજીક પહોંચી ગયો. એણે છત્રી એની માને આપી અને બહુ શ્રદ્ધાથી ગામદેવીને ફૂલો અર્પણ કર્યા અને પછી યજ્ઞકુંડમાં આહૂતિ નાખી.

અને......

ત્યારે જાણે ચમત્કાર થઈ ગયો.

માસૂમ બાળક દ્વારા યજ્ઞમાં આહૂતિ નાખવા જ વાદળોએ સૂરજને ઢાંકી દીધો. જોત જોતામાં વાદળો છવાઈ ગયા. આકાશમાં વિજળી ચમકી અને વરસાદ તૂટી પડ્યો.

ગામના લોકો ઝૂમી ઉઠ્યા.

ચારે તરફ ગામ દેવીનો જય જયકાર થવા લાગ્યો.

બીજી તરફ મુખિ છોકરા પર ચિડાઈ ગયો, "જોયું, તારે કારણે જ વરસાદ થતો ન હતો."

"તમે ખોટું કહી રહ્યાં છો મુખિયાજી" પૂજારીએ ટોક્યા.

"હું સાચું કહી રહ્યો છું." મુખિ આશ્ચર્યથી બોલ્યો, "જો આ છત્રી લાવવામાં સમય ન બગાડત તો વરસાદ થોડા સમય પહેલા જ આવી ગયો હોત."

"જો આ છત્રી ન લઈને આવત તો વરસાદ થાત જ નહીં. વાસ્તવમાં ગામદેવીએ આખા ગામમાં કેવળ આની આહૂતિ જ સ્વીકાર કરી છે મુખિયાજી. તમારા બધાની આહૂતિ વ્યર્થ ગઈ. જો તમે આ પ્રકારના

એક લાખ યજ્ઞ કરત તો પણ તે બેકાર જાત." પૂજારીજી બોલ્યા.

"એવી શું વાત હતી એની આહૂતિમાં ?" મુખિએ આંખો કાઢી.

"એની આહૂતિમાં વિશ્વાસ હતો, જે તમારા લોકોમાંથી કોઈની પણ આહૂતિમાં ન હતો. આને વિશ્વાસ હતો કે જેવો એ યજ્ઞમાં આહૂતિ આપશે વરસાદ ચોક્કસ પડશે. તમને લોકોને આવો વિશ્વાસ ન હતો, એટલે કોઈ છત્રી લઈને ન આવ્યા. આ એના વિશ્વાસનો જ વિજય છે."

મુખિ પાસે બોલવા માટે હવે કશું રહ્યું ન હતું.

આ વાર્તા આપણને શિક્ષા આપે છે કે -

- જો તમારામાં વિશ્વાસ હોય તો તમે પહાડને હલાવી શકો છો.
- જો તમને વિશ્વાસ છે તો તમે સફળ થશો, તો તમે ચોક્કસ જ સફળ થશો અને તમને સફળ થવાથી દુનિયાની કોઈ તાકાત રોકી શકશે નહીં.
- જો તમને તમારા પોતા પર, તમારી યોગ્યતા પર, તમારા વિજય પર અને ઈશ્વર પર વિશ્વાસ છે તો તમે કોઈપણ રણને જળના સરોવરમાં બદલી શકો છો.

□□□

જેના હૃદયમાં માણસાઈનું દર્દ હોય

હજરત ઉમર ફારુક બહુ ભલા અને દયાળુ હતા.

કશું પણ હોવા પહેલા તે પોતાને એક માણસ માનતા હતા અને માણસાઈની ભાવના એમનામાં ઠાંસી ઠાંસીને ભરેલી હતી. એમના મનમાં ન કોઈને માટે દ્વૈષ હતો ન વેર. છતાં પણ પડોશનાં એક બાદશાહે એમનાથી વેર રાખીને યુદ્ધ શરુ કરી દીધું. જો કે હજરત ઉપર ફારુક યુદ્ધની વિરુદ્ધ હતા અને હંમેશા શાંતિ ઈચ્છતા હતા, પણ કાયર અને ડરપોક ન હતા. તેથી એ પણ તલવાર લઈને દુશ્મન સામે ઉભા રહ્યાં.

ઘણો સમય યુદ્ધ ચાલ્યું, બાદશાહની ફોજ થાકવા લાગી, તો એણે હજરત ઉમરની પાસે સુલેહનો પ્રસ્તાવ મોકલ્યો અને એના માટે તેના દેશમાં આવવાનો અનુરોધ કર્યો.

શાંતિચાહક હજરત ઉમરે બાદશાહની રજૂઆત મંજૂર કરી લીધી.

યુદ્ધ બંધ થઈ ગયું.

એ પછી હજરત ઉમર એક દિવસ કેવળ એક ગુલામને સાથે લઈને ઉંટ પર સવાર થઈને બાદશાહના દેશ તરફ ચાલી નકળ્યા, કેમ કે એમના મનમાં કોઈ પ્રકારનો ડર અથવા મેલ ન હતો.

ખુદાના બંદાને મોતનો ડર ક્યાં હોય છે, તેઓ જીવનને ખુદાની થાપણ અને ખુદાને જ એનો માલિક સમજે છે. કદાચ એજ કારણ હતું. કે હજરત ઉમર જયાં પણ જતા હતા પોતાની સાથે લાવ-લશ્કર લઈ

જતા ન હતા. એ દિવસે પણ એમની સાથે કેવળ એક ગુલામ હતો. જે

ઊંટની નાથ પકડીને આગળ ચાલી રહ્યો હતો.

રણપ્રદેશ, ધગ ધગતો તાપ.

હજરતે જોયું, ચાર કોમનો પંથ કપાઈ ગયો હતો અને હવે ઊંટની નાથ પકડીને ચાલી રહેલો ગુલામને થાક લાગ્યો હતો.

હજરતે એને રોકાવાનો સંકેત કર્યો.

ગુલામ અટક્યો તો ઊંટ પણ અટકી ગયો.

હજરત ઊંટ પરથી ઉતરી ગયા અને ગુલામને કહ્યું, "તું થાકી ગયો છે, એટલે તું ઊંટ પર બેસ, હવે હું ઊંટની નાથ પકડીને ચાલીશ."

"માલિક," ગુલામ આભો બની ગયો, "તમે આ શું કહી રહ્યાં છો. હું એક મામુલી ગુલામ થઈને ઊંટ પર બેસું અને આપ ઊંટની રસ્સી પકડીને પગે ચાલો, એ કેવી રીતે બની શકે મારા માલિક."

"આ મજાર નથી. હું તને કોઈ ગુલામના રૂપમાં નહીં બલ્કે એક માણસના રૂપમાં જોઉં છું. પરિસ્થિતિ ગુલામ કે બાદશાહ બનાવે છે, અલ્લાહે તો આપણને બધાને માણસ બનાવ્યા છે. એ માણસાઈ નથી કે આ મુશ્કેલ સફરમાં હું સુખનો અનુભવ કરું અને તું દુઃખનો. આ સફરમાં આપણે સાથે છીએ અને જે પણ દુઃખ અથવા સુખ છે એને બરાબર વ્હેંચીએ, એજ માણસાઈનો તકાદો છે. ચાલ હવે તું ઊંટ પર બેસ. જ્યારે હું થાકી જઈશ ત્યારે તને જણાવી દઈશ."

હજરત ઉમરના મનમાં માણસાઈનો આ બેમિસાલ આવેશ જોઈને ગુલામનું માથું શ્રદ્ધાથી ઝૂકી ગયું. આંખોમાંથી આંસૂ વહેવા લાગ્યા. એણે લાખ પ્રયત્ન કર્યા કે એ ઊંટ પર ન બેસે અને પોતાના માલિકને બધી જાતની

તકલીફોથી બચાવે, પરંતુ ગુલામની લાખ કોશીષો પછી પણ એજ થયું જેવું હજરત ઉમર ઈચ્છતા હતા.

ગુલામને હજરત ઉમરની વાત માનવી પડી અને તે ઊંટ પર બેસી ગયો.

હજરત ઊંટની નાથ પકડીને ચાલવા લાગ્યા.

હજરત ઉમર અને ગુલામે વારાફરથી ઊંટની સવારી કરીને સફર પૂરી કરી.

જે વખતે તેઓ બંને જણા બાદશાહના દેશમાં દાખલ થયા, સંદેશાવાહકો મારફત બાદશાહ પાસે ખબર પહોંચી ગઈ કે હજરત ઉમર દેશમાં પ્રવેશી ચૂક્યા છે, બાદશાહે તરત પ્રધાનમંત્રીને કિલાના દરવાજે તેમના સ્વાગત માટે મોકલ્યા.

એ સંજોગ હતો કે જે સમયે તેઓ બંને કિલ્લાના દરવાજે પહોંચ્યા, વારા પ્રમાણે ગુલામ ઊંટ પર હતો.

પ્રધાને ઊંટ પર બેઠેલા ગુલામને નમીને સલામ કરી, તો તે ગભરાઈને બોલ્યો, "માફ કરો પ્રધાનમંત્રી, હું હજરત ઉમર ફારુક નથી, હજરત તો આ છે જે ઊંટની રસ્સી પકડી ઊભા છે."

પ્રધાનમંત્રી મુંઝાઈ ગયા, "તો તું કોણ છે ?"

"હું તો એક મામુલી ગુલામ છું, સાહેબ." કહીને તે ઊંટ પરથી ઉતર્યો અને પ્રધાનને બધી વાત કહી સંભળાવી.

હઝરતના મનમાં માણસાઈનો જબરદસ્ત આવેગ જોઈને પ્રધાનનું માથું પણ એમની સામે શ્રદ્ધાથી ઝૂકી ગયું.

હવાની જેમ આ ખબર બાદશાહના દરબાર સુધી પહોંચી ગઈ. બાદશાહ પણ પ્રભાવિત થયા વગર ન રહી શક્યો. એણે તરત સૂચના મોકલાવી કે હજરતના સ્વાગત માટે બાદશાહ સલામત પોતે કિલ્લાના દરવાજા પર હાજર થઈ રહ્યાં છે.

ઉતાવળે બાદશાહ દરવાજા પર હાજર થયો. એણે હજરત ઉમરનો હાથ પકડીને શ્રદ્ધાથી ચૂમ્યો અને ઘુંટણે પડીને બોલ્યો, "મને માફ કરો હજરત, જેના મનમાં એક મામુલી ગુલામ માટે આટલી દયા છે, જે માણસાઈના પુજારી છે, એની સાથે યુદ્ધ કરીને મેં

બહુ મોટી ભૂલ કરી છે. આજથી હું પણ આપને મારા ખલીફા માંનું છું."

આ વાર્તાથી આપણને શિક્ષા મળે છે કે -

- કર્મના કારણે કોઈને નાનો માનવો જોઈએ નહીં.
- જેવું સુખ વ્યક્તિ પોતાના માટે ઈચ્છે છે, એવું જ સુખ બીજાને મળે, એવી ભાવના મનમાં રાખવી જોઈએ. બીજાને અપાયેલું સુખ પોતાના સુખથી વધારે મહત્ત્વનું તથા પ્રશંસાને યોગ્ય હોય છે.
- માણસાઈની ભક્તિ કરવાવાળા પર ઈશ્વરની વિશેષ અનુક્રમે હોય છે અને દુષ્ટમાં દુષ્ટ શત્રુ પણ એની સામે એક દિવસે માથું નમાવી દે છે.

□□□

સફળતાનો કોઈ શોર્ટકટ નથી

એક નાના ગામમાં દુઃખીરામ નામનો ખેડૂત રહેતો હતો. તે ખૂબ જ ઉતાવળો હતો. હંમેશા દુઃખી તથા નિરાશ રહેતો હતો. એ ગામમાં બીજા પણ ઘણા લોકો રહેતા હતા. તેઓ બધા પોતાની ખેતીવાડી કે કામ ધંધો કરતા હતા. લગભગ બધા પાસે બરાબર અને એક સરખી જમીન હતી. તેમ છતાં બીજા લોકો સંપન્ન હતા અને દુઃખીરામ ગરીબ. તેના ખેતરમાં પાક થતો જ નહીં અને થતો તો બીજા ખેડૂતો કરતા અડધો જ બીજા ખેડૂતો પોતાના ઘર માટે આખા વરસનું અનાજ રાખી લેતા હજી અને બજારમાં વેચીને પૈસા પણ કમાઈ લેતા હતા જ્યારે દુઃખીરામનો પાક એના ઘર-પરિવાર માટે પણ પર્યાપ્ત થતો ન હતો.

આજ કારણ હતું કે દુઃખીરામ ન કેવળ દુઃખી રહેતો હતો પણ મનોમન બીજા પ્રત્યે ઈર્ષ્યા પણ રાખતો હતો.

ખરેખર તો બહુ ટૂંકી દષ્ટિનો તેમજ ઉતાવળીયો હતો.

શબૂરી કે ધીરજ નામનો ગુણ એનામાં હતો જ નહીં.

એક વાર ગામમાં પાણીનું સંકટ ઉભું થઈ ગયું. વર્ષો ઋતુ સૂકી જતી રહી અને પાકને પૂરતું પાણી ન મળવાને કારણ તે ખરાબ થવા લાગ્યો. એવામાં કેટલાક ઉધમી ખેડૂતોએ ધરતીને ખોદીને કુવા બનાવી લીધા અને એ પાણીના તેમના ખેતરોને સીંચ્યા. પરિણામે તેમના ખેતરમાં પાક હર્યો ભર્યો થયો.

તેનાથી વિપરીત દુઃખીરામ તેના નસીબને જ કોસતો રહ્યો. તે ક્યારેક ઈશ્વરને કોસતો, ક્યારેક નસીબને અને ક્યારેક એ લોકોને જેમણે કુવા ખોદીને પોતાની ફસલોને સીંચી હતી.

એજ દિવસોમાં ગામમાં એક સાધુ આવ્યા.

ગામના ઘણા લોકોએ તેમના દર્શન કર્યા અને પોતાની સમસ્યાઓનું સમાધાન મેળવ્યું.

દેખા દેખીથી દુઃખીરામ પણ સાધુ મહારાજના દર્શન કરવા તેમની પાસે ગયો અને પોતાની બદનસીબીના ગાણા ગાવા લાગ્યો. એણે વરસાદ ન થવાનો પણ ઉલ્લેખ કર્યો તો સાધુ મહારાજ બોલ્યા, "જ્યારે બીજા ખેડૂતોએ પોત-પોતાના ખેતરમાં કુવા ખોદયા તો તેં કેમ એવું ન કર્યું ?"

"મેં પ્રયત્ન કર્યો'તો મહારાજ" દુઃખીરામે કહ્યું, "પણ મારા ખેતરમાં પાણી જ ન નીકળ્યું."

"એવું કઈ રીતે બની શકે, આ આખી પૃથ્વી જ પાણી પર ટકી છે."

"મહારાજ ! પાણીને છોડો, તમે મને એવો કોઈ મંત્ર આપો જેનાથી હું જલ્દીમાં જલ્દી સંપન્ન થઈ જાઉં."

"બેટા, દુનિયામાં આવો કોઈ મંત્ર નથી, જેને જપવાથી કોઈ સંપન્ન થઈ જાય. સંપન્ન થવું હોય તો મહેનત કરવી પડશે.... ધીરજ, સમજ અને સુઝબુઝથી કામ કરવું પડશે. જા, જઈને તારા ખેતરમાં વીસ ગજ ધરતી ખોદ પાણી ચોક્કસ નીકળશે અને પછી તને પણ સંપન્ન થતા વાર નહીં લાગે."

સાધુની વાત માનીને દુઃખીરામ તેના ખેતરમાં આવી ગયા અને લાગ્યો ખોદવા.

બીજા દિવસે તે ફરી સાધુ પાસે આવ્યો અને પોતાનું દુઃખ વ્યક્ત કરતા બોલ્યો, "તમે ખોટું કહ્યું કે પૃથ્વી પાણી પર ટકી છે, મારા ખેતરમાં તો પાણી જ નથી."

"તેં કેટલો ઊંડો ખાડો ખોદયો ?" સાધુ એ પૂછ્યું.

"તમે ઉંડાની વાત કરો છો, મેં આખુ ખેતર ખોદી નાખ્યું પણ પાણીનું એક ટીપું પણ દેખાયું નહીં."

"એવું કઈ રીતે બની શકે." પરેશાન થઈને સાધુ બોલ્યા, "ચાલ જઈને તારું ખેતર જોઈએ."

સાધુ દુઃખીરામ સાથે તેના ખેતર તરફ ચાલી નીકળ્યા.

ખેતરે જઈને દુઃખીરામ બોલ્યો, "જુઓ મહારાજ, આખું ખેતર ખોદેલું પડ્યું છે, પણ ક્યાંય પાણીનું નામો-નિશાન નથી."

સાધુ મહારાજે જોયું આખું ખેતર ક્યાંક બે ગજ, ક્યાંક ચાર ગજ ખોદેલું છે, સાધુ સમજી ગયા કે દુઃખીરામની ગરીબી અને પછાતપણાનું મૂળ કારણ શું છે. તે બોલ્યા, "તું એટલા માટે દુઃખી અને ગરીબ છે. દુઃખીરામ કેમ કે તારામાં ધૈર્ય નામની વસ્તુ નથી. તેં બે-બે, ચાર-ચાર ગજ કરીને અધીરાઈથી લગભગ ચાર સો ગજ ધરતી ખોદી નાખી, પણ જો ધીરજ રાખીને એક જ જગ્યાએ ફક્ત પચાસ-સાઠ ફૂટ ઊંડું ખોદાણ કર્યું હોત, તો તારા ખેતરમાં પાણીની અછત ન હોત. શક્ય છે કે તારી ફસલ પણ એટલે જ સારી ન થતી હોય કે તું અંકુર ફુટવાની ધીરજ નહીં રાખતો હોય અને ખેતર ખોદીને વારંવાર જોતો હોઈશ કે બી ફૂટી રહ્યાં છે કે નહીં. એક વાત યાદ રાખ દુઃખીરામ, સફળતાનો, ઉન્નતિનો, સંપન્નતાનો મૂળમંત્ર છે - ધીરજ. અધીરી

વ્યક્તિ ન કદી સફળ થાય છે કે સંપન્ન જ્યાં સુધી તું ધૈર્ય ધારણ નહીં કરે ત્યાં સુધી તારો ઉદ્ધાર થઈ જ નથી શક્તો.

એટલું કહીને સાધુ તેના ખેતરમાંથી નીકળીને મંદિર તરફ ચાલી નીકળ્યા.

દોસ્તો, આપણી નિષ્ફળતા, પડતી, ગરીબી અને પછાતપણાનું પણ ક્યાંક આજ તો કારણ નથી ને ?

ક્યાંક આપણે પણ દુ:ખીરામની જેમ જલ્દી સફળતા પ્રાપ્ત કરવાના ચક્કરમાં જલ્દી જલ્દી આપણા લક્ષ્ય, આપણા વ્યવસાય અને આપણા વિચાર તો બદલી નથી નાખતાને ?

આપણા જીવનના રઝળપટનું ક્યાંક આજ તો કારણ નથીને ?

આ વાર્તાથી આપણને આજ શિક્ષા મળે છે -

- સફળતાનો કોઈ શોર્ટકટ નથી હોતો.
- આપણા હાથમાં જે કામ છે, એમાં આપણને ત્યારે જ સફળતા મળશે જ્યારે આપણે ધીરજ રાખીને સૂઝબૂઝથી લગાતાર પરિશ્રમ કરીશું.
- જે જગ્યાએ ૨-૨ ફૂટ ખોદવાને બદલે આપણે એક જ જગ્યાએ ૫૦ ફૂટ ખોદવું પડશે, ત્યારે જ આપણે અમૃતરૂપી પાણી (સફળતા)ના અધિકારી બનીશું. નહિતર આખું જીવન રઝવપટ, બેચેની, ઈર્ષ્યા, અસંતુષ્ટિ દ્વૈષ અને ધૃણામાં વિતી જશે.

□□□

આજમાં સંતાયેલી છે સફળતા

એમનું નામ હતું - ચાર્લ્સ કૈડરિન.

આ એ દિવસોની વાત છે જ્યારે મોટર ગાડીઓ અંગ્રેજી મૂળાક્ષર 'ઝેડ' આકારની એક મોટી ચાવીથી સ્ટાર્ટ કરવામાં આવતી હતી. આ કામને સામાન્ય બોલીમાં 'હેંડલ મારવું' કહેતા હતા. એમાં ઘણી તાકાત લાગતી હતી અને મુશ્કેલીઓ વેઠવી પડતી હતી, તે જુદું. ચાર્લ્સ કૈડરિન વિચારતા હતા કે કોઈ એવી શોધ કરવામાં આવે જેનાથી મોટર ગાડીઓ ઘરેલું તાળા જેવી નાની ચાવી ફેરવતા જ સ્ટાર્ટ થઈ જાય. એમણે પોતાનો આ વિચાર મિત્રોને જણાવ્યો તો કોઈએ એમની વાતને ગંભીરતાથી લીધી નહીં. મોટા ભાગનાઓનો એ જ વિચાર હતો કે એ શક્ય નથી. એક નાની ચાવી ભલા આટલી મોટી મોટરકારને કેવી રીતે ચલાવી શકે છે. મિત્રોના વિચારોથી વિપરીત ચાર્લ્સ કૈટરિનને વિશ્વાસ હતો કે એક દિવસે તે પોતાના વિચારોને સાચા સાબિત કરી દેખાડશે. તેથી તે સેલ્ફ સ્ટાર્ટની ટેકનીકની શોધમાં લાગી ગયો.

એ સમયે ચાર્લ્સ કૈટરિન 'જનરલ મોટર્સ રિસર્ચ કોર્પોરેશન' ના વાઈસ પ્રેસિડેન્ટ હતા. એમને પોતાના સ્વપ્નાને પૂરું કરવા માટે વધારેમાં વધારે સમયની જરૂર હતી, તેથી તેમણે નોકરી છોડી દીધી. કોઈપણ રિસર્ચ કામ માટે કે શોધ માટે નાણાંની જરૂરિયાત પણ હોય છે. કામ શરૂ થયું તો પૈસા

પણ ખર્ચ થવા લાગ્યા. ધીરે ધીરે ચાર્લ્સનું બેંક બેલેન્સ ઓછું થવા લાગ્યું, પછી એક દિવસ એવો આવ્યો કે બેંકનું ખાતું ખાલી થઈ ગયું પણ ચાર્લ્સને સફળતા ન મળી. ક્રમ આગળ ધપાવવા હજુ પણ પૈસાની જરૂર હતી. નિરાશ થઈને કામ બંધ કરવાને બદલે એમણે પોતાની સંપત્તિ (જમીન-ઝવેરાત વગેરે) વેચવાનું શરૂ કરી દીધું અને પોતાનું કામ ચાલું રાખ્યું. તેઓ નોંતા ઈચ્છતા કે પૈસાની અછતને કારણે એમનું સ્વપ્ન સાકાર થવું રહી જાય. કામ પૂરું થયા પહેલા ફરી પૈસા ખલાસ થઈ ગયા. હવે એમની પાસે વેચવા માટે ફક્ત બેજ વસ્તુઓ બચી હતી. એક એમનું વડીલોપાર્જિત ખેતર જેને તે વેચવા માંગતા ન હતા. તેથી ના છૂટકે તેમને પોતાનું મકાન વેચવું પડ્યું. મકાન વેચ્યા પછી ચાર્લ્સે ખેતરમાં ઝૂંપડી બનાવી પત્નિને બાળકોને તેમાં રાખ્યા.

કામ ફરી શરૂ થઈ ગયું. ચાર્લ્સ એમના કામમાં એટલા ડૂબેલા રહેતા હતા કે તેમના મિત્રો અને સંબંધિઓને સુદ્ધા મળવાનો સમય એમની પાસે ન હતો. એમનું માનવું હતું કે ચાર્લ્સ પોતાની ધુનને કારણે આખા કુટુંબને બરબાદ કરવ કટીબદ્ધ છે.

ચાર્લ્સના કેટલાક મિત્રો એમની પત્નિને કહેતા, "તમે એમને રોક્તા કેમ નથી ? તે પોતાનું બધું બરબાદ કરતા જાય છે. શું તમને તમારી અને બાળકોના ભવિષ્યની ચિંતા નથી ?"

શ્રીમતી કૈડરિન કહેતા, "મને ઘણી ચિંતા છે, અમે લોકો ઘણી તકલીફમાં છીએ. ખુદ કૈડરિન સાહેબ પણ ઓછી તકલીફમાં નથી, પણ અમારી છોડો, એમને જાતે પોતાની ચિંતા કરવાની ફુરસત નથી. તેઓ હંમેશા પોતાના કામમાં લાગેલા રહે છે."

તમામ તકલીફો સહન કરીને ચાર્લ્સ કૈડરિન પોતાના કાર્યમાં લાગુ રહ્યાં. એમને પૂરો વિશ્વાસ હતો કે એક દિવસ તે જરૂર સફળ થશે.

જ્યારે બીજા લોકો નજરમાં તે પોતાનો સમય અને ધન બંને બરબાદ કરી રહ્યાં હતા.

આખરે એક દિવસ આવ્યો કે ચાર્લ્સ કૈડરિનની મહેનત રંગ લાવી અને એમણે પોતાના સપનાને સાકાર કરી દેખાડ્યું.

જે દિવસે એમણે સેલ્ફ સ્ટાર્ટનું સફળ પ્રદર્શન કર્યું, જોવાવાળાઓ આશ્ચર્યચકિત થઈ ગયા.

મોટરકાર ઉદ્યોગે એમની જ્ઞનીકનું સન્માનપૂર્વક સ્વાગત કર્યું અને જોત જોતામાં એમના ઘરમાં ધન વર્ષા થવા લાગી.

હવે શું હતું, ચાર્લ્સ કૈડરિન સ્ટાર બની ગયા. દુનિયાભરના પત્રકારોએ એમને ઘેરી લીધા. મોટા-મોટા અખબારોના પ્રતિનિધિ એમનું ઈન્ટરવ્યું લેવા માટે આગળ-પાળ ફરવા લાગ્યા. એવા જ એક ઈન્ટરવ્યુ દરમ્યાન એક વરિષ્ઠ પત્રકારે એમને પૂછ્યું, "તમે અગણિત તકલીફો અને મુશ્કેલીઓનો સામનો કર્યો પણ તમારા લક્ષ્યને છોડ્યું નહીં. એની પાછળ શું કારણ છે ? તમને આટલી ધીરજ ક્યાંથી અને કેવી રીતે મળી ?"

આ પ્રશ્નનો જવાબ આપવા માટે ચાર્લ્સ કૈડરિન એ પત્રકારને પોતાની ઝૂંપડીમાં લઈ ગયા. ત્યો એક નાનકડા મેજ પર ઘણો બધો સામાન પડ્યો હતો, પણ ત્યાં સૌથી જૂદી અને અનોખી બે વસ્તુ હતી, તે પત્થરનો એક ટૂકડો હતો અને એના પર લખ્યું હતું "આજ".

"આને જુઓ", પત્થરના એક ટુકડા તરફ ઈશારો કરીને ચાર્લ્સ કૈડરિન બોલ્યા, "આજ મારી સફળતાનું રહસ્ય છે. 'આજ'નું મહત્ત્વ સમજ્યો અને 'આજ' માં જ જીવ્યો. પત્થરના એ ટુકડા પર લખેલા 'આજ' જ મારા વિશ્વાસનું પ્રતીક છે. એને જોઈને દસે દિવસે મારામાં વિશ્વાસ જાગ્રત થઈ જતો હતો. કે 'આજ'

હું મારા કામમાં અવશ્ય સફળ થઈ જઈશ અને આ વિશ્વાસ જ મને સફળતા અપાવી. ન મેં વિતી ગયેલી કાલ વિષે વિચાર્યું કે ન આવવાવાળી કાલના વિષયમાં. વિતી ગયેલી કાલ હતાશા પેદા કરત, આવનારી કાલની કલ્પના આળસ પેદા કરત, એટલે મેં એના વિષે ન વિચારીને કેવળ આજના વિષે વિચાર્યું અને તમે જોઈ રહ્યાં છો કે 'આજે' હું સફળ છું.

દોસ્તો આ વાર્તાથી આપણને એવી ઉત્કૃષ્ટ શિક્ષા મળે છે, જે આપણા આખા જીવનને બદલી શકે છે. આ વાર્તાના મર્મને સમજીને સામાન્યમાં સામાન્ય માણસ પણ લોખંડને સોનું બનાવનાર પારસ બની શકે છે.

- 'આજ' જ સત્ય છે, 'આજ' જ શાશ્વત છે.
- દરેક કાર્ય 'આજે' થાય છે.
- જેને આપણે કાલે કરીએ છીએ એ પણ 'આજ' બનીને આપણી સામે ઉપસ્થિત થાય છે.
- 'કાલે' નામનો કોઈ કાળ, કોઈ વાર, કોઈ તિથિ આ સંસારમાં નથી.
- જેણે પોતાની 'આજ' ને ઈમાનદારીથી વાપરી લીધી એને જીવનમાં કદી કોઈ કાલની જરૂર પડતી નથી.
- આજમાં - વર્તમાનમાં જીવવાવાળાનું જીવન જ સાર્થક છે.
- જે આજમાં જીવે છે, સફળતા એમના ચરણ ચૂમે છે.
- આજમાં જીવો, જે કરવું હોય તે આજે કરો.

□□□

બાળ વલ્લભનો સંકલ્પ

ભારતના પ્રથમ ગૃહમંત્રી સરદાર વલ્લભભાઈ પટેલનું બાળપણ એક ગામડામાં વિત્યું હતું. તે જે ગામડામાં રહેતા હતા ત્યાં એવી કોઈ સ્કૂલ ન હતી જ્યાં અંગ્રેજી ભણાવવામાં આવતું હોય. તેથી અંગ્રેજી ભણવા ઈચ્છતા વિદ્યાર્થીઓએ ગામથી દશ-બાર કિલોમીટર દૂર પગે ચાલીને નજીક કસ્બામાં જવું પડતું હતું. એ દિવસોમાં આવા ગામના એટલા સાધનો પણ ન હતા.

કેમ કે સ્કૂલ સવારે સાત વાગ્યે શરૂ થતી હતી તેથી વિદ્યાર્થીઓને વહેલી સવારે જ ઘરેથી નીકળી જવું પડતું હતું.

સડકનો માર્ગ બહુ લાંબો હતો. નાના રસ્તાથી જલ્દી સ્કૂલે પહોંચી જવા માટે મોટાભાગના વિદ્યાર્થીઓ ખેતરની પગદંડી પર થઈને પસાર થતા હતા.

જે પગદંડીએ વિદ્યાર્થી પસાર થતા હતા ત્યાં એક મોટો પત્થર હતો, અંધારામાં જેવી ઠોકર ખાઈને કોઈકને કોઈક વિદ્યાર્થી દરરોજ પડતો હતો.

એક દિવસ ખેતરની પગદંડી પરથી પસાર થયા પછી વિદ્યાર્થીઓએ જોયું કે એમનો એક સાથીદાર ઓછો છે અને તે હતા - વલ્લભ.

"અરે ! વલ્લભ ક્યાં છે ?"

"લાગે છે તે પાછળ રહી ગયા !"

"ચલો જોઈએ, ક્યાંક એની સાથે કોઈ દુર્ઘટના ન થઈ હોય."

બધા વિદ્યાર્થીઓ પગદંડી પર પાછા વળી ગયા.

ઘણા આગળ ગયા પછી એમણે જોયું વલ્લભ જમીનમાં જડેલા એ પત્થર સાથે ઝૂઝી રહ્યાં હતા, જેનાથી ઠોકર ખાઈને કાયમ કોઈને કોઈ વિદ્યાર્થી ઘાયલ થતો હતો.

"વલ્લભ આ શું કરી રહ્યો છે ?" એક વિદ્યાર્થીએ પૂછ્યું.

"આપણા માર્ગના અવરોધને હટાવી રહ્યો છું. આ પત્થર રોજ આપણા માર્ગમાં અવરોધ પેદા કરે છે એટલે હું ઘરેથી જ સંકલ્પ કરીને નીકળ્યો હતો કે આજે આપણ માર્ગથી હટાવીને જ આગળ વધીશ."

"પણ આતો બહુ વજદાર છે અને ઘણે ઊંડે સુધી જમીનમાં ખૂંપેલો છે."

"સંકલ્પ તો સંકલ્પ છે, આનું ફળ ભલે પાતાળમાં કેમ ન હોય આજે હું એને ઉખેડીને જ ચેન લઈશ."

"અમે બધા તારી સાથે છીએ વલ્લભ." વિદ્યાર્થીઓએ એક સ્વરમાં કહ્યું, "આપણે બધા મળીને આને હટાવીશું." અને આ રીતે બધા વિદ્યાર્થીઓએ મળીને પોતાના માર્ગના એ અવરોધને ઉખાડી ફેંક્યો. તે પછી વિજય તથા ગર્વથી છાતી ફુલાવી વિદ્યાર્થીઓ સ્કૂળ તરફ રવાના થઈ ગયા.

જોકે, વલ્લભાઈને એ પત્થરથી ક્યારેય ઠોકર વાગી ન હતી, પણ એમના ઘણા સાથી એ પત્થર સાથે સરાઈને ઘાયલ થઈ ચૂક્યા હતા, જેમાંથી વલ્લભભાઈને દુઃખ પહોંચ્યું હતું. બીજાની પીડાને અનુભવ કર્યા પછી જ વલ્લભભાઈએ આવો સંકલ્પ કર્યો અને બધાનો માર્ગ સહેલો બનાવી દીધો.

આ વાર્તાથી આપણને શિક્ષા મળે છે -

◆ માર્ગમાં અવરોધ પેદા કરનાર સાથે ઝૂંઝવાવાળા પોતાના ઉદ્દેશ્યમાં અવશ્ય સફળ થાય જ છે.

- સંકલ્પ શક્તિથી મોટી કોઈ શક્તિ નથી હોતી, કોઈપણ સારું કાર્ય જો આપણે સંકલ્પ લઈને કરીએ તો એમાં સફળતા ચોક્કસ મળે છે.
- બીજાના દુઃખને પોતાનું દુઃખ સમજવું જોઈએ અને યથાસંભવ એના નિવારણ માટે પ્રયત્ન કરવો જોઈએ, એ જ સૌથી મોટી માનવતા છે.

□□□

ગાંધીજીની ખોટી વાત

સંત વિનોબા ભાવે તેમના આશ્રમમાં બેઠા હતા.

એમની સામે કેટલાક વિદ્યાર્થી પણ બેઠા હતા. કોઈ ગંભીર વિષય પર ચર્ચા ચાલી રહી હતી. ત્યારે જ આશ્રમના એક કાર્યકર્તા એ વિનોબાજીને એક પત્ર લાવીને આવ્યો અને કહ્યું કે આ પત્ર મહાત્મા ગાંધીએ મોકલ્યો છે.

વિનોબા ભાવેએ પત્ર લઈને ખોલ્યો અને વાંચવા લાગ્યા. પત્ર વાંચતા-વાંચતા એમના મુખ મન્ડલ પર ઘણા પ્રકારના ભાવ આવ્યા-ગયા. આરુચિથી પત્ર વાંચીને એમણે એને ફાડી નાખ્યો.

વિદ્યાર્થીઓએ જોઈને આશ્ચર્યચકિત થઈ ગયા કે વિનોબાજીએ ગાંધીજીનો પત્ર ફાડી નાખ્યો, જ્યારે બધા લોકો જાણતા હતા કે તેઓ ગાંધીજીના પત્રોને બહુ સંભાળીને રાખે છે.

વિદ્યાર્થીઓની ઉત્સુક્તા એટલી હદે વધી ગઈ કે એમણે વિનોબાજીને પૂછી જ લીધું, "આચાર્યવર, આપે ગાંધીજીના પત્રને ફાડી નાખ્યો."

"હા, મેં ફાડી નાખ્યો."

"પણ તમે તો એમના પત્રો બહુ સંભાળીને રાખો છો."

"હા, એ પત્ર જેમાં સાચી વાત લખી હોય છે, પણ આ પત્રમાં કેટલીક ખોટી વાતો લખી હતી, એટલે મેં પત્ર સાચવવાને બદલે ફાડી નાખ્યો."

"પણ તમે તો કહો છો કે ગાંધીજી સત્યની પ્રતિમૂર્તિ છે, તો પછી પોતાના પત્રમાં અસત્ય કે ખોટી વાત કેમ લખે ?"

વિનોબાજી કશું કહેવા માંગતા હતા ત્યાં જ એક બીજા વિદ્યાર્થીએ પૂછ્યું, "ગુરુદેવ, જો યોગ્ય સમજો અને ખાનગી ન હોય તો અમને કહેવાની કૃપા કરો કે પત્રમાં ગાંધીજીએ એવી કઈ ખોટી વાત લખી છે ?"

"ગાંધીજીએ મારી પ્રશંસા લખી હતી, કે આ સંસારનો સર્વશ્રેષ્ઠ અને ગુણવાન વ્યક્તિ છું. જ્યારે સત્ય તો એ છે કે મારાથી પણ વધારે ગુણવાન અને શ્રેષ્ઠ વ્યક્તિ આ દુનિયામાં છે."

"ગુરુદેવ ગાંધીજીની આ વાત ખોટી નથી."

"છતાં પણ પત્રને મેં નાશ કરી નાખવાનું જ યોગ્ય માન્યું. કેમ કે જ્યારે પણ હું એ પત્રને વાંચત ત્યારે મારામાં અહંકાર પેદા થાત. યાદ રાખો, અહંકાર વ્યક્તિની પ્રગતિના માર્ગમાં સૌથી મોટો અડચણ છે. જેનામાં અહંકાર આવી ગયો તો સમજો, એજ ક્ષણથી એની પ્રગતિનો માર્ગ બંધ થઈ ગયો મારા બાળકો, માણસ ગમે તેટલો ઊંચો થઈ જાય, એનામાં પણ ઊંચા ઉઠવાની સંભાવનાઓ ત્યાં સુધી બની રહે છે, જ્યાં સુધી એનામાં અહંકાર નથી આવતો. અહંકાર ઉત્પન્ન થતા જ એના ઉપર જવાની બધી જ સંભાવનાઓ સમાપ્ત થઈ જાય છે અને પતનના રસ્તા ખૂલી જાય

છે.''

શિષ્ય વિનોબા જીનું મ્હોં તાક્તા રહી ગયા.

આ વાર્તાથી આપણને શિક્ષા મળે છે -

- પોતાની પ્રશંસા સાંભળીને કોઈ ખરાબ સ્વપ્નની જેમ એને ભૂલી જવી જોઈએ. જો એને યાદ રાખવામાં આવે તો એનાથી અહંકાર ઉત્પન્ન થાય છે. અહંકારની ઉત્પત્તિ જ પતનની શરૂઆત છે.
- વ્યક્તિમાં ભલે સેંકડો ગુણ હોય પરંતુ જો એનામાં અભિમાન નામનો એક માત્ર અવગુણ છે તો તે ક્યારેય પ્રગતિ નથી કરી શક્તો.
- વિદ્વાન અને જ્ઞાનીજનો માટે પ્રશંસા વિષ સમાન છે, જ્યારે નિંદા અથવા આલોચના અમૃત છે. આલોચના વ્યક્તિને આત્મસુધારનો અવસર આપે છે અને પ્રશંસા આત્મ-પતનનો માર્ગ સુગમ કરે છે.

□□□

પાયાનો પત્થર

લાલબહાદુર શાસ્ત્રી બહુ જ વિનોદી અને હસમુખ સ્વભાવના હતા. એમની ભાષણ શૈલી પણ પ્રભાવશાળી હતી. દેશપ્રેમ અને જનસેવાની ભાવના તો એમનામાં ઠાંસી ઠાંસીને ભરી હતી. બીજાઓને આકર્ષિત તથા પ્રભાવિત કરવાની એમનામાં વિલક્ષણ ક્ષમતા હતી. એમના આ જ ગુણોને કારણે એમને લોકસેવા મંડળના સભ્ય બનાવવામાં આવ્યા, તો એકાએક તેઓ સંકોચી બની ગયા. વાસ્તવમાં તેઓ ઈચ્છતા ન હતા કે અખબારોમાં એમનું નામ છપાય, લોકો એમના ગુણગાન ગાય અથવા એમના સ્વાગતમાં ફલો વીખેરવામાં આવે.

એક દિવસ શાસ્ત્રીજીના એક મિત્રએ એમને પૂછ્યું, "તમને છાપામાં નામ છપાય તેનો વાંધો કેમ છે ?"

શાસ્ત્રીજી થોડીવાર ખામોશ રહ્યાં પછી બોલ્યા, "લાલાજી (લાલા લજપતરાય) એ મને લોક સેવા મંડળની દીક્ષા આપતી વખતે એક વાત કરી હતી, એ જ કારણથી હું પ્રચારથી દૂર રહું છું."

"એવું શું કહ્યું'તું લાલાજીએ ?" આશ્ચર્યથી મિત્રએ પૂછ્યું.

લાલાજીએ કહ્યું હતું, "લાલ બહાદુર, તાજમહાલમાં બે પ્રકારના પત્થર લાગેલા છે. એક શ્રેષ્ઠ આરસપહાણ છે. જેને આખી દુનિયા જુએ છે અને એની ચમક-દમકની પ્રશંસા કરે છે. બીજા પ્રકારના પત્થર તાજમહાલના પાયામાં લાગેલા છે, જે અંધારામાં રહે છે, એમને કોઈની પ્રશંસા નથી મળતી, પણ એ સત્ય છે કે એમના જ બળ પર તાજમહાલ ટક્યો છે. તું પણ લોકસેવા મંડળ

ના પાયાનો પત્થર બનજે, જેથી એ પણ તાજમહાલની જેમ અડીખમ ઊભો રહે. બસ, લાલાજીના આજ શબ્દોનું પાલન હું કરું છું અને લોક સેવા મંડળના પાયાનો પત્થર બની રહેવા માંગું છું. આજ કારણ છે કે હું પ્રચારથી દૂર રહું છું.

શાસ્ત્રીજીની વાત સાંભળીને મિત્ર મહોદય એમનો ચહેરો જોતા રહી ગયા. તે નિષ્પાપ ચેહરો જ્યાં ન પ્રચારની ભૂખ હતી, ન સ્વાર્થ એ ચહેરામાં એમને ક્યાંક કશું દેખાતું હતું તો તે હતો - નિસ્વાર્થ સેવાભાવ, રાષ્ટ્રભક્તિ અને સમર્પણ.

દોસ્તો, આ વાર્તાથી આપણને શિક્ષા મળે છે -

- જે વ્યક્તિમાં સાચી સેવા ભાવના, નિઃસ્વાર્થતા અને સમર્પણનો ભાવ હોય છે, એનું તેજ સેંકડો સૂર્યોથી વધારે પ્રખર હોય છે, તેઓ એક દિવસ વિશ્વના માનસચિત્ર પર પોતાની છટા એજ પ્રમાણે વિખેરે છે, જે પ્રમાણે ભારત જેવા મહાન લોકતંત્રના દ્વિતીય વડાપ્રધાન બનીને લાલબહાદૂર શાસ્ત્રીજીએ વિખેરી હતી.
- શાસ્ત્રીજી એ પોતાની ઉપલબ્ધિઓનું કોઈ ક્ષેત્ર ક્યારેય પોતે લીધુ નથી, બલ્કે દેશના વીર જવાનો અને ખેડૂતોને જ સદા મહત્ત્વ આવ્યું. એમનો નારી હંમેશા અમર રહેશે - **જય જવાન, જય કિસાન.**

ધ્યાન રાખો, નિસ્વાર્થ રહીને સમર્પણ ભાવથી પોતાના કાર્યોને કરતા રહેવું જોઈએ. સુગંધ કદી દબાવી શકાતી નથી, પ્રસરવાથી એને કોઈ રોકી શક્તું નથી. સારા કાર્યો અને સેવા-સમર્પણ ભાવ જ વ્યક્તિને સફળતાની બુલન્દીઓ પર પહોંચાડે છે.

□□□

તરસ લાગતા નાદિર સમજ્યો વિજયનું રહસ્ય

કરનાલના મેદાનમાં મોહમ્મદ શાહ 'રંગીલા' અને નાદિર શાહની સેનામાં ઘમાસાણ યુદ્ધ થઈ રહ્યું હતું. ભયંકર કાપાકાપી મચી હતી. મેદાન લાશોથી ભરાઈ ગયું હતું અને એમાં મોટા ભાગના મોગલ સૈનિક હતા.

પછી જોત જોતામાં મોહમ્મદ શાહની સેના હારી ગઈ.

નાદિરશાહનો વિજયનાદ ગાજી ઉઠ્યો.

મોગલ બાદશાહ મોહમ્મદ શાહે દૂત મોકલીને નાદિરશાહની આધિનતા સ્વીકારી લીધી.

હવે નાદિર શાહનું લાવ-લશ્કર દિલ્હી તરફ રવાના થયું. દિલ્હી પહોંચતા મોહમ્મદ શાહે નાદિર શાહનું ભવ્ય સ્વાગત કર્યું. દરબારમાં નાદિર શાહ ઊંચા તખ્ત પર બેઠો અને મોહમ્મદ શાહ નીચા અને નારા લખ્ત પર. ઓચિંતી નાદિરશાહે પાણી પીવાની ઈચ્છા જાહેર કરી. મોહમ્મદ શાહે તરત દરબારિઓને સંકેત કર્યો.

ઘણીવાર થઈ પણ પાણી આવ્યું નહીં.

નાદિર શાહ કાંઈ બોલે એ પહેલા અચાનક વાતાવરણમાં નગાડા અને તુરાઈ વગેરેના સ્વર ગુંજવા લાગ્યા.

નાદિર શાહે વિચાર્યું કે કદાચ કોઈ જલસા વગેરે થશે. તેવામાં તેણે જોયું કે કારકૂનોનું એક દળ સોના-ચાંદીના થાળ લઈને આવી રહ્યાં છે. થાળોમાં

ચાંદીની સુરાફી, ગ્લાસ, પાનદાન વગેરે રાખ્યા હતા.

નાદિર શાહ સમજી ગયો કે આ બધો આડંબર એને પાણી પીવડાવવા માટે કરવામાં આવે છે.

આ બધું જોઈને તે મોહમ્મદ શાહ તરફ ફરીને બોલ્યો, "હવે મારી સમજમાં આવ્યું કે આટલું મોટું લાવ લશ્કર હોવા છતાં આપ કેમ હારી ગયા."

પછી એ પોતાના ભિશ્તીને ઈશારો કર્યો.

ભિશ્તી તરત પાણી ભરેલી મશક લઈ આવ્યો.

નાદિર શાહે તરત પોતાનો ટોપ ઉતાર્યો. ભિશ્તીએ એને પાણીથી ભરી દીધું. નાદિર શાહે ગટાગટ પાણી પીને ટોપ ખંખેર્યો અને પાછો પ્હેરી લીધો. એ પછી એણે મોહમ્મદ શાહને કહ્યું, "એ અમે પણ તમારી જેમ વિલાસી, એશો આરામ પરસ્ત અને આર્ડબર કરવાવાળા હોત તો ફારસથી હિન્દુસ્તાન કદી ન પહોંચી શકત."

રંગીલો બાદશાહ શરમથી પાણી પાણી થઈ ગયો.

આ વાર્તાથી આપણને ઘણી શિક્ષાઓ મળે છે -

- વ્યક્તિએ વિલાસી બનવું ન જોઈએ, કેમ કે વિલાસિતા પતનનો માર્ગ છે.
- જે ઘરનો ધણી વિલાસી હોય છે, એ કુટુંબના બાકી સભ્યોથી લઈને નોકર-ચાકર સુદ્ધાં બધા આ ખરાબીનો ભોગ બનીને પોતાના કર્તવ્ય પ્રત્યે સજાગ નથી રહી શક્તા.
- ઈતિહાસ સાક્ષી છેકે શક્તિશાળી તથા પરાક્રમી હોવા છતાં ઘણા રાજાઓનું પતન કેવળ એટલા માટે થયું કે તેઓ દિવસ-રાત

વિલાસમાં ડૂબેલા રહેતા હતા. એનું એક ઉદાહરણ મગધ નરેશ મહાધર્મનન્દ છે જેને આચાર્ય ચાણક્યએ સમૂળગો નાશ કર્યો.

- અનૈતિક ભોગ-વિલાસ અને આડંકર યુક્ત જીવન જીવવાવાળાને તેમનો શત્રુ ઘરમાં ઘુસીને પરાસ્ત કરે છે, જેવી રીતે નાદિર શાહે મોહમ્મદ શાહને પરાસ્ત કર્યો.
- વ્યક્તિએ જીવનમાં ભોગ-વિલાસને મહત્ત્વ ન આપવું જોઈએ, આડંબર ન કરે, સદા સજાગ અને ચેતતા રહે કેમ કે આવા લોકો જ વિજેતા બને છે.

□□□

હલાલની કમાણી

એન્જિનીયરિંગની ડિગ્રી મેળવ્યા પછી એ નવયુવાને નોકરીની શોધ શરૂ કરી. ઘરની હાલત ખરાબ હતી. એટલે એને કોઈપણ સંજોગોમાં નાની-મોટી નોકરીની જરૂર હતી. એ જ દિવસોમાં એક કંપનીએ નોકરીની જાહેરાત આપી. જાહેરાતમાં સ્પષ્ટ રીતે કહેવાયું હતું કે ઉમેદવારને ટાઈપીંગનું જ્ઞાન હોવું અનિવાર્ય હતું. કમ્પની નવી ટેકનોલોજી સાથે સંબંધિત હતી. નવયુવાને વિચાર્યું. કોઈપણ સંજોગોમાં જો એ કંપની સાથે જોડાઈ જવાય તો ઘણું બધું નવું શીખવા અને આગળ વધવાની તક મળી શકે એમ છે. તેથી તરત એણે અરજી કરી દીધી.

કંપનીએ અન્ય ઉમેદવારોની સાથે એને પણ બોલાવ્યો અને એન્જિનીયરીંગની ડિગ્રીની વિશેષતાને લીધે એને તે નોકરી આપી દીધી.

નવયુવાને પોતાની પસંદગી પછી વિધિવત રીતે નોકરીમાં જોડાવા પહેલા મેનેજમેન્ટ પાસે ચાર દિવસની મુદત માંગી.

મુદ્દત મળી ગઈ.

ઠીક પાંચમાં દિવસે યુવકે નોકરી શરૂ કરી દીધી.

સોંપવામાં આવેલા કાર્યને એણે બહુ લગન અને તલ્લીનતાથી કર્યું.

મેનેજરે એને પૂછ્યું, "તારી પસંદગી ચાર દિવસ પહેલા જ થઈ ગઈ હતી, પણ તેં નોકરી આજે કેમ શરૂ કરી ? શું તેં બીજી

જગ્યાએ પણ અરજી કરી હતી શું ?"

"ના શ્રીમાન." યુવકે કહ્યું, "એનું મુખ્ય કારણ એ હતું કે અહિં માટે ટાઈપીસ્ટનું કામ પણ સંભાળવાનું હતું પણ ટાઈપ કરવાની મારી સ્પીડ કંઈ ખાસ સારી ન હતી. આ ચાર દિવસોમાં મેં લગાતાર મારી ટાઈપીંગને સુધાર્યું અને શક્ય હતી ત્યાં સુધી સ્પીડ પણ વધારી. આ બધું મેં એટલે કર્યું કે કંપનીને મારા તરફથી કોઈ પ્રકારની ફરિયાદ ન રહે. જોકે આ વાત હું સંતાડીને પહેલા જ દિવસે નોકરી શરૂ કરી લેત અને અહિં જ બેસીને મારી સ્પીડ સુધારત, એ દરમ્યાન ચાર દિવસનું જે મહેનતાણું હું કંપની પાસેથી લેત તે મારી ઉચિત કમાણી ન હોત. એ કંપનીમાંથી ચોરી કરવા જેવું હોત. પણ આ ચાર દિવસમાં કેમ કે હું મારા કામનું સારું પ્રદર્શન ન કરી શકત. એટલે બની શકે કે મારા પ્રત્યેના તમારા વિશ્વાસમાં ઉણપ આવત. એટલે મેં જોઈ ન કરવા પહેલા મારી ઉણપને સુધારી જેથી મારું કામ કરતી વખતે મારા આત્મા પર કોઈબોજો ન હોય."

"ગુડ." મેનેજરે એના ખભા પર હાથ રાખીને શાબાશી આપતા કહ્યું, "પોતાના કામ પ્રત્યે તારા મનમાં જે લગાવ છે, જે જનૂન છે, જે જવાબદારી છે તેનાથી હું ખૂબ પ્રભાવિત થયો છું. યુવાન મારું મન કહે છે કે આજ ગુણોના બળ પર તું એક દિવસ ખૂબ પ્રગતિ કરશે."

મેનેજરના હૃદયમાંથી નીકળેલી વાત ખોટી ન હતી.

સિદ્ધાંતોને માટે જીવનારો, કર્તવ્યપરાયણતા, જવાબદારીનો ધનવાન, કાર્ય પ્રત્યે ઈમાનદાર આ યુવક આગળ વધીને સંયુક્ત રાષ્ટ્ર અમેરિકાનો રાષ્ટ્રપતિ બન્યો. એમનું નામ હતું - **અર્બર્ટ ક્લાર્ક.**

આ વાર્તાથી આપણને શિક્ષા મળે છે -

- વ્યક્તિએ કામ કરવાની કોઈપણ તક ગુમાવવી ન જોઈએ.
- સંસારમાં કોઈ કામ નાનું-મોટું નથી. એન્જિનિયરીંગની ડિગ્રી લીધા પછી પણ અર્બર્ટ કલાર્ક દ્વારા ટાઈપિસ્ટની મામૂલી નોકરી સ્વીકારવી એ વાતો પૂરાવો છે કે મોટા કામોની શરૂઆત હંમેશા નાના સ્તરથી થાય છે.
- વ્યક્તિએ પોતાના કાર્ય પ્રત્યે, પોતાના કર્તવ્ય પ્રત્યે, પોતાના પ્રતિષ્ઠાન પ્રત્યે સદા ઈમાનદાર રહેવું જોઈએ.
- કશું કર્યા વગર જો તમે કોઈની પાસે કશું લો છો તો પણ એક પ્રકારની છેતરપીંડી છે, ચોરી છે અને એનો બોજ આખા જીવન દરમ્યાન તમારા આત્મા પર રહે છે.

એટલે - પોતાના કાર્ય પ્રત્યે સદા ઈમાનદાર રહો.

□□□

ભૂતકાળનું સત્ય

કોઈ ગામમાં એક ઈમાનદાર, સમજદાર, ભણેલો અને ભલો વ્યક્તિ રહેતો હતો. એના દિવસો બહુ જ બેહાલી તેમજ ગરીબીમાં વિતી રહ્યાં હતા. કારણ એ હતું કે ન તો એની પાસે ખેતીવાડી કરવા માટે પૂરતી જમીન હતી અને ન તો એને યોગ્ય ગામમાં કોઈ બીજું કામ હતું. એટલે તે પોતાના ગામમાં બેરોજગાર હતો.

એકવાર એણે વિચાર્યું કે કોઈ નજીકના શહેર અથવા કસ્બામાં જઈને કોઈ નોકરી કરવામાં આવે. જે વિચાર્યું તેના પર અમલ કર્યું. તે એક શહેરમાં આવી ગયો, ત્યાં એણે એક શેઠને મળીને એની પાસે નોકરીની વિનંતી કરી. શેઠ પણ ભલો અને દયાળું માણસ હતો. યાચકની બેહાલ હાલત જોઈને શેઠે તેને એક મામૂલી નોકરી પર રાખી લીધો.

એનામાં ગુણ હતા, બુદ્ધિ હતી. દૂરદર્શિતા અને સુઝબૂઝ હતી. શેઠે એના આ ગુણ જાણીને જલ્દી જ તેને પોતાનો મુનીમ બનાવી દીધો.

તે બહુ મહેનત, લગન અને સુઝબુઝથી કામ કરતો. એની સલાહ એવી હતી કે શેઠજીનો વેપાર દિન-પ્રતિદિન વધવા લાગ્યો અને એની સાથે વધવા લાગી શેઠજીના મનમાં એના પ્રત્યે પ્રતિષ્ઠા અને સન્માન.

પણ એકવાર શેઠજીના મનમાં મુનીમની એક વાર ખટકી ગઈ. થયું એવું કે બપોરનું ભોજન કર્યા પછી મુનીમ પોતાના

રૂમમાં જતો રહ્યો. આ કોઈ નવી વાત ન હતી. મુનીમ રોજ ભોજન પછી એક કલાક આરામ કરતો હતો. આ વાત શેઠ પણ જાણતા હતા, પણ એ દિવસે પહેલી વાર શેઠનું ધ્યાન એ તરફ ગયું કે રૂમમાં જઈને મુનીમે સ્ટોપર મારી દીધી છે.

બસ, શેઠનું માથું ફરી ગયું. આંખના પલકારામાં સંદેહના કીડા એના મનમાં કુદવા લાગ્યા. એણે વિચાર્યું - 'હું તો મુનીમજીથી કોઈ વાત સંતાડતો નથી, નફો-નુકશાનની બધી વાત એને જણાવી દઉં છું. પછી એવી કઈ વાત છે જે એ મારાથી સંતાડે છે ?

આ રીતે ઘણા દિવસો વિતી ગયા.

શેઠ રોજ મુનીમને ઓરડામાં જઈને અંદરથી સ્ટોપર બંધ કરતા જોતો અને મનમાંને મનમાં વિચારતો કે હોય કે ન હોય ઉપરથી આ વ્યક્તિ ઈમાનદારીનો દેખાવ કરે છે પણ અંદર હેરાફેરી કરીને કાંઈક ધન સંતાડીને રાખે છે.

એક દિવસ શેઠની ધીરજનો બંધ તૂટી ગયો.

એ દિવસે જેવો મુનીમ ઓરડામાં પહોંચ્યા અને એણે સ્ટોપર બંધ કરી, તેવા જ શેઠ ઉભા થઈને દરવાજે પહોંચી ગયો અને દરવાજો ખખડાવીને બોલ્યો, "દરવાજો ખોલો."

મુનીમે સહજ રીતે દરવાજો ખોલી નાખ્યો અને હાથ જોડીને બોલ્યો, "કહો શેઠજી."

શેઠો જોયું, એના ચહેરા પર ગભરામણના કોઈ નિશાન ન હતું, જ્યારે શેઠને આશા હતી કે અચાનક દરવાજો ખોલાવવાથી તે ગભરાઈ જશે. રંગે હાથ પકડાઈ જવાથી તેના ચેહરા પર હવાઈ ઉડતી દેખાશે, પણ મુનીમના ચેહરા પર એવું કશું ન દેખાયું તો શેઠ પોતે મુંઝવણમાં પડી ગયા.

ત્યારે એની નજર અંદર રાખેલી એક ટંક પર પડી, હવે શેઠનો શક મજબૂત થઈ ગયો.

તે બોલ્યો, "આ ટંકને ખોલો."

"શેઠજી," મુનીમે કહ્યું, "આમાં મારો કેટલોક અંગત સામાન છે. મહેરબાની કરીને એને ન ખોલાવો."

"કેમ ન ખોલાવું, ખોલો એને." શેઠ વિચારી રહ્યો હતો કે ટંકમાં ચોક્કસ એને ત્યાંથી ચોરાયેલું ધન હશે.

મુનીમે એક લાંબો શ્વાસ લીધો પછી બોલ્યો, "ઠીક છે શેઠજી, જો તમે નથી માનતા લો જોઈ લો."

મુનીમે ચાવી લગાવીને ટંકનું તાળું ખોલ્યું અને ઢાંકણું ખોલીને ટંક શેઠ તરફ ખસેડી દીધી.

ટંકની અંદર રાખેલો સામાન જોઈને શેઠ દંગ રહી ગયો અને ચહેરા પર શરમના ભાવ દેખાવા લાગ્યા.

ટંકમાં એક જોડી મેલા - ચુંથાયેલા કુર્તા પાયજામો અને એક જોડી ઘસાયેલી ચંપલો રાખી હતી, આ એજ કપડા અને ચંપલ હતી જેને પહેરીને મુનીમ શેઠની પાસે નોકરી માંગવા આવ્યો હતો.

શેઠને ચુપ જોઈને મુનીમે હાથ જોડીને કહ્યું, "શેઠજી, આ એજ કપડા છે જેને પહેરીને હું તમારી પાસે આવ્યો હતો. રોજ બપોરે ઓરડો બંધ કરીને હું આ કપડા અને ચંપલોને જોઉં છું. આજે તમારી કૃપાથી મારી શરીર પર કીમતિ વસ્ત્ર છે, મોંઘા જૂતા પહેરું છું. સારું ખાવાનું ખાઉં છું. તેમ છતાં આ જૂના વસ્ત્રો અને ચંપલોને રોજ એટલા માટે જોઉં છું કે મારા જૂના દિવસોને ભૂલી ન જઉં અને કાયમ મનમાં તમારી કૃપાઓની યાદ તાજી બની રહે. આ વસ્ત્રોને જોયા પછી જ્યારે મારા વર્તમાનને જોઉં છું તો શ્રદ્ધાથી આપના પ્રત્યે મારું માથું નમી જાય છે.

મુનીમની વાતો સાંભળીને શેઠનું માથું શરમથી આજુબાજુ જોવા લાગ્યું.

આ વાર્તાથી આપણને શિક્ષા મળે છે -

- વ્યક્તિએ પોતાનો વિતી ગયેલો સમય ફરી ભૂલવો જોઈએ નહીં.
- આપણે એ વ્યક્તિ પ્રત્યે કાયમ શ્રદ્ધાથી નતમસ્તક રહેવું જોઈએ. જે આપણી જરૂરિયાતો પૂરી કરતો હોય, જેણે આપણને હિંમત બંધાવી, ખરાબ સમયમાં જેણે આપણા આંસુ લૂછ્યા.
- જે લોકો ભૂતકાળનો ખરાબ સમય યાદ રાખે છે, એમના પગ કાયમ જમીન પર જ ટકે છે, અભિમાન એમના પર હાવી નથી થઈ શક્તો.

□□□

સાચું બોલો,
પણ કોઈને તકલીફ ન થાય.

નિર્ભય એ જ હોય છે, જે સત્યવાદી હોય છે અને સત્ય પણ એજ બોલી શકે છે જેમાં નિર્ભયતા હોય.

ભારતના મહાન સપૂત બાલગંગાધર તિલકમાં આ ગુણ પ્રચુરતાથી હાજર હતો.

બનાવ એમના બાળપણનો છે.

સ્કૂલના વર્ગમાં બેસેલા કેટલાક વિદ્યાર્થીઓએ મગફળી ખાઈને છોડા આમતેમ ફેંકી દીધ. અધ્યાપક આવ્યા તો વર્ગમાં ફેલાયેલી ગંદકી જોઈને ક્રોધિત થઈ ઉઠ્યા. પૂછ્યું, “કોણે ખાધી મગફળી ?”

બધા વિદ્યાર્થી ચુપ.

અધ્યાપકે વારંવાર પૂછ્યું, પણ કોઈ કશું ન બોલ્યું. હવે તો એમનો ગુસ્સો સાતમા આસમાને પહોંચી ગયો, “ઠીક છે, તમે એમ નહીં બોલો, બધાને આની શિક્ષા મળશે.” કહીને એમણે સોટી લઈ લીધી.

બધા બાળકોને પોત-પોતાના સ્થાને ઉભા થવાનો હુકમ કર્યો.

બધા ઊભા થઈ ગયા.

અધ્યાપકે વિદ્યાર્થીઓની હથેળી પર સોટીના બે-બે ફટકા મારવાના શરૂ કર્યા.

કોઈ બાળક કશું ન બોલ્યું. વારાફરતી ચુપચાપ માર ખાતા રહ્યાં.

બાલગંગાધરનો વારો આવ્યો તો એમણે હાથ ફેલાવવાની ના પાડી દીધી અને નિર્ભયતાથી બોલ્યા, "સાહેબ, મેં મગફળી ખાધી નથી અને ન તો મેં છોડા ફેંક્યા છે. જે અપરાધ મેં કર્યો જ નથી એના માટે હું માર નહીં ખાઉં."

"તો પછી મને એનું નામ બતાવ જેણે મગફળી ખાધી છે." શિક્ષકે કહ્યું.

"માફ કરો સાહેબ, મને ચાડી ખાવી પસંદ નથી એટલે ન તો હું કોઈનું નામ લઈશ અને ન તો માર ખાઈશ."

આ સ્પષ્ટવાહિતાનો શિક્ષા એ મળી કે બાળગંગાધર તિલકને સ્કૂલમાંથી કાઢી મૂકવામાં આવ્યા, પણ તેઓ જરા પણ વિચલિત ન થયા. એમને સંતોષ હતો કે એમણે ન તો ભયભીત થઈને ચાડી જેવા અવગુણને અપનાવ્યો અને ન તો અન્યાય સહન કર્યો. આગળ જતા પોતાના આજ ગુણોએ એમને ભારત માતાના મહાન સપૂત બનાવી દીધા.

આ વાર્તાથી આપણને એ શિક્ષા મળે છે કે -

- આપણે સત્ય તો બોલવું જોઈએ પણ ચાડી ખાવાથી બચવું જોઈએ.
- કોઈનું અહિત થાય, એવું સત્ય બોલવા કરતા ચૂપ રહેવું વધારે સારું છે.
- અન્યાય કદી પણ સહન કરવો જોઈએ નહીં.

□□□

મિત્રતાનો ધર્મ

ઈશ્વરચંદ્ર વિદ્યાસાગર દયા, વિનમ્રતા, સ્નેહ, ત્યાગ પોતાપણા અને સાહસીની જીવતું જાગતું ઉદાહરણ હતા. લોકહિતની ભાવના એમના હૃદયમાં ઠાંસી ઠાંસીને ભરેલી હતી.

એક દિવસ એમનો ધનવાન મિત્ર એમને મળવા માટે અમેના ઘર તરફ પોતાની મોટરકારથી જઈ રહ્યો હતો.

એમનું ઘર આવવાની થોડી વાર પહેલા જ મિત્રએ જોયું કે એક નાની દુકાનની બહાર ખાટલા પર વિદ્યાસાગર બેઠા છે અને એ દુકાનદાર સાથે બહુ આત્મીયતાથી વાતો કરી રહ્યાં છે. આ જોઈને મિત્રને ખરાબ લાગ્યું, એણે ઘૃા અને અણગમાના ભાવથી દુકાનદારને જોયો પછી વિદ્યાસાગરનું ધ્યાન પોતાની તરફ આકર્ષિત કરવા માટે કારનું હોર્ન વગાડવા લાગ્યો.

વિદ્યાસાગરજીનું ધ્યાન પોતાના ધનવાન મિત્ર તરફ ગયું. તો તેને જોઈને તે હસ્યા. ધનવાન મિત્રએ પોતાન હાથથી ઈશારાથી એમને પોતાની નજીક બોલાવ્યા.

વિદ્યાસાગર દુકાનદાર મિત્ર પાસેથી વિદાય લઈને ધનવાન મિત્રની પાસે ગયા. મિત્રએ કારનો આગલો દરવાજો ખોલી નાખ્યો. વિદ્યાસાગર અંદર બેસી ગયા.

કાર આગળ વધારતા મિત્રએ કહ્યું, “મને તારી આ જ વાત પસંદ નથી.”

"કઈ વાત ?" વિદ્યાસાગર ચોંક્યા.

"તારે તારી ઈજ્જતનું ધ્યાન રાખવું જોઈએ."

"મેં એવું શું કર્યું જેનાથી મારી ઈજ્જત પર જોખમ આવે ?"

"તું નાના અને મહત્ત્વહીન લોકોને કેમ મળે છે ?"

"તું પણ મારા જેવા નાના માણસ સાથે સંબંધ રાખે છે ક્યાં તું લાખોનો સ્વામી અને ક્યાં હું.....'

'ઓહ ! વિદ્યાસાગર, તું સમજતો કેમ નથી ? તું મારો મિત્ર છે, અને મિત્રતામાં નાના-મોટા કે ગરીબ-અમીર નથી જોવાતું."

"હું તારા આજ સિદ્ધાંતનો .... છું અને એના પર જ અમલ કરું છું." વિદ્યાસાગર સૌમ્યતાથી બોલ્યા, "હું પણ મિત્રતામાં અમીર-ગરીબ અને નાના-મોટા નથી જોતો. જે રીતે તું મારો મિત્ર છે. હું તારો મિત્ર છું. એજ રીતે તે પણ મારો મિત્ર છે અને હું એનો મિત્ર છું."

વિદ્યાસાગરની વાત સાંભળીને એમનો ધનવાન મિત્ર ચૂપ થઈ ગયો.

દોસ્તો, આ વાર્તાથી આપણને શિક્ષા મળે છે -

- જેના પ્રત્યે મનમાં મિત્રતાનો ભાવ હોય, એને ક્યારેય નાનો, કમજોર અથવા ગરીબ ન સમજવો જોઈએ.
- મિત્રતા ધન-દોલત, નાનું-મોટું જોતી નથી.
- મિત્ર પ્રત્યે કાયમ સમાનતાનો ભાવ રાખવો જોઈએ અને એને ક્યારેય એની ગરીબી અથવા મહત્ત્વહીનતાનો અનુભવ કરાવનારું કાર્ય અથવા પ્રદર્શન કરવું જોઈએ નહીં.
- મિત્રતાના સંદર્ભમાં ભગવાન શ્રીકૃષ્ણ અને સુદામાની મિત્રતાને હંમેશા યાદ રાખવી જોઈએ.

□□□

અન્યાય કરો નહીં, અન્યાય સહો નહીં

એ દિવસોમાં દેશમાં બ્રિટીશ હકુમત હતી. ફિરંગીઓની ગુલામીથી આપણા દેશની પ્રજા પરેશાન હતી, જેના કારણે ઠેર ઠેર સ્વતંત્રતા સંગ્રામ શરૂ થઈ ચૂક્યો હતો. અંગ્રેજ પણ આઝાદીની લડાઈને દબાવવા માટે કમર કસી હતી.

ધીરે ધીરે અંગ્રેજોના અત્યાચાર એટલા વધી ગયા કે દરેકના મનમાં એમના માટે ધૃણા અને દ્વેષ ઉત્પન્ન થઈ ગયો. હવે ભારતનું દરેક બાળક પ્રાણની બાજી લગાવીને આઝાદી ઝંખતું હતું.

એ જ દિવસોની એક સાંજ

ઠંડીની ઋતુ હતી.

કડકડતી ઠંડી પડી રહી હતી.

એક ગરીબ અને બેઘર વ્યક્તિ કામળો ઓઢી સડકના કિનારે પડ્યો હતો. એક અંગ્રજ સાર્જન્ટે એને જોયો, તો પોતાના ડંડાથી એનો કામળો ખસેડીને એને હેરાન કરવા લાગ્યો. ઠંડીથી કાંપતાં વૃદ્ધ વારંવાર પોતાનો કામળો સમેટતો અને સાર્જન્ટ વારંવાર એનો કામળો હટાવીને એને સતાવતો.

આ અમાનવીય કામથી સાર્જન્ટને બહુ આનંદ આવી રહ્યો હતો.

ઘણા લોકો જોઈ રહ્યાં હતા, પણ કોઈનામાં એટલું સાહસ ન હતું કે એ સાર્જન્ટનો વિરોધ કરે. સાત - આઠ વર્ષનો એક

બાળક પણ ત્યાં ઊભો રહીને આ શરમજનક દશ્ય જોઈ રહ્યો હતો. વિતતી દરેક ક્ષણ સાથે એનો આક્રોશ વધી રહ્યો હતો. જ્યારે અંગ્રેજ સાર્જન્ટની જબરદસ્તી એની સહનશક્તિની સીમા પાર કરી ગઈ તો એણે જમીન પર પડેલો એક અણિદાર પત્થર ઉઠાવ્યો અને અંગ્રેજના માથાનું નિશાન લઈને ખેંચી માર્યો.

સનસનાતો પત્થર અંગ્રેજ સાર્જન્ટના માથા પર લાગ્યો.

એનામાં મ્હોંમાંથી દર્દનાક ચીસ નીકળી, માથામાંથી લોહીનો ફુવારો વહી નીકળ્યો. સાર્જન્ટની આસપાસ ઉભેલા લોકો ડરી ગયા.

"પકડો એને." સાર્જન્ટે ચીસ પાડી.

બે સીપાઈ છોકરાની પાછળ ભાગ્યા.

ઝટપટ ખબર થાના સુધી પહોંચી ગઈ. કેટલાક અન્ય સીપાઈ પણ થાનાથી આવી પહોંચ્યા જે સાર્જન્ટને હોસ્પીટલ લઈ ગયા.

આખા નગરમાં ચર્ચા થવા લાગી કે સાત-આઠ વરસના બાળકે પત્થરથી અત્યાચારી સાર્જટનું માથું ફોડી નાંખ્યું.

લોકો એ બાળકની હિંમતને દાદ દેવા લાગ્યા.

ત્યાં !

ઘણી દોડધામ પછી સિપાઈ હુમલાખોર છોકરાને પકડવામાં સફળ થઈ ગયા. એને થાનામાં લાવવામાં આવ્યો. થાનેદારે એને કડકડતી ઠંડીમાં એક રાત નગ્ન શરીરે ખૂલ્લા મેદાનમાં ઊભા રહેવાની સજા સંભળાવી. એની સાથે બે સિપાઈ એની ચોકી કરવા માટે નિયુક્ત કરી દીધા.

પોલિસ થાણાના આંગણામાં માત્ર લંગોટીમાં એ છોકરાને છોડી મૂકવામાં આવ્યો.

સિપાઈ કામળા લપેટીને નિગરાની કક્ષમાં બેઠા હતા. આંગણાંનું દ્વાર બંધ હતું. તાળું મારીને સિપાઈ પોતપોતાના કામળામાં સંતાઈ

ગયા. એમને પૂરો વિશ્વાસ હતો કે સવારે જ્યારે તેઓ ઉઠસે તો છોકરાની અકડાઈ ગયેલી લાશ જોવા મળશે.

સવારના લગભગ ચાર વાગ્યે બંને સિપાઈ ઉઠ્યા. ઠંડીને કારણે એમની હિંમત થતી ન હતી કે તેઓ નીકળે, પણ ગુન્હેગારની ભાળ લેવી જરૂરી હતી અને પોતાના ઓફિસરને રીપોર્ટ પણ આપવાનો હતો.

હિંમત કરીને એમણે બારી ખોલી, તો ઠંડી હવાની તેજ લહેર એમના ચહેરા સાથે ટકારાઈ. એમને એવું લાગ્યું જાણે કોઈએ બરફનો તમાચો એમના ચેહરા પર જડી દીધો હોય.

બીજી જ ક્ષણે એ બંને સિપાઈ સામેનું દશ્ય જોઈને સ્તબ્ધ થઈ ગયા. એમની આંખો આશ્ચર્યથી એ રીતે ફેલાઈ ગઈ, જાણે દુનિયાની આઠમી અજાયબી જોઈ રહ્યાં હોય.

સાચ્ચેજ તે આઠમી અજાયબી જ હતી.

તે બાળક, જેની અકડાઈ ગયેલી લાશ જોવાની કલ્પના કરીને સૂતા હતા, જીવતો જાગતો તેમની સામે હાજર હતો ! એ ભયાનક ઠંડીથી બચવા માટે તે લગાતાર ડંડ-બેઠક લગાવતો હતો.

બર્ફીલી હવાઓથી લડનારાએ બાળકને આગળ જતા ચંદ્રશેખર 'આઝાદ' ના નામથી ઓળખાયા. આખું જીવન તે અંગ્રેજોના વિરુદ્ધ લડતા રહ્યાં અને લડતા લડતા જ શહીદ થઈ ગયા.

ચંદ્રશેખર 'આઝાદ' ની નિડરતા અને સાહસનો ઈતિહાસ તો બહુ મોટો છે, પરંતુ પ્રસંગવશ એક ઘટનાની ચર્ચા થઈ રહી છે.

ઘટના પ્રતાપગઢ રેલ્વે સ્ટેશનની છે.

એક અંગ્રેજ સાર્જન્ટ કેળા ખાઈ રહ્યો હતો.

સ્ટેન પર યાત્રીઓ ટ્રેનની રાહ જોતા ઊભા હતા. અચાનક સાર્જન્ટે કેળાનું છોળું પાસે ઉભેલી યુવતી તરફ ઉછાળ્યું. યુવતી અને એના કુટુંબીજનો સહેમી ઉઠ્યા. ફિરંગી પોલિસ અફસરને કોણ શું કહે. આ તો સામે ચાલીનેમુસીબત વ્હોરવા જેવી વાત થઈ. વગર બોલાવેલી મુસીબત ટાળવા માટે યુવતીના કુટુંબીજનો એને લઈને દૂર ખસી ગયા.

વિરોધ થતો નથી તે જોઈને સાર્જન્ટનું સાહસ વધી ગયું.

તે ફરતો ફરતો યુવતીની નજીક પહોંચ્યો અને અભદ્રતાનું પ્રદર્શન કરતા સીટી વગાડવા લાગ્યો.

સ્ટેશન પર જો કે ઘણા લોકો હાજર હતા, પણ કોઈની એટલી હિંમત નથી થતી કે એનો વિરોધ કરે.

ત્યાંજ જાણે દેવદુત પ્રગટ થયો હોય.

ન જાણે ક્યાંથી એક ગભરુ જુવાન એની સામે આવી મુંછો પર તાવ દેવા લાગ્યો, "તું આવી બદતમીજી કેમ કરે છે ?"

"તું એક પોલિસ સાર્જન્ટને સવાલ કરે છે, પચાસ લાકડી મારીને હવાલાતમાં ધકેલી દઈશ." સાર્જન્ટ બરાડ્યો.

બીજી જ ક્ષણે ગભરુ જુવાન જે કોઈ બીજું નહીં ચંદ્રશેખર 'આઝાદ' જ હતા, ના પહેલા પંજાની એક જોરદાર થપ્પડ સાર્જન્ટના ગાલ પર પડી.

એ હિન્દુસ્તાની થપ્પડની ગુંજ એટલી તેજ હતી કે સ્ટેશન પર હાજર પ્રત્યેક વ્યક્તિનું ધ્યાન આકર્ષિત થઈ ગયું.

સાર્જન્ટ થપ્પડના પ્રહારથી લથડાઈને કેટલાક પગલા પાછો હટ્યો, પણ પછી કોઈ ઘાયલ સાંઢની જેમ ચંદ્રશેખર પર ધસ્યો.

ચંદ્રશેખર પહેલેથી જ તૈયાર હતા. એમણે સ્ટેશન પર જ

બધાની સામે સાર્જન્ટની ખાસ્સી ધોલાઈ કરી. એટલું જ નહીં, ચંદ્રશેખરે એને ત્યારે જ છોડ્યો જ્યારે એણે એ યુવતીને બહેન માનીને માફી માંગી.

એ દિવસ પછી ચંદ્રશેખર આઝાદનું નામ સાંભળીને જ અંગ્રેજોને પરસેવો વળી જતો હતો.

ઉપરોક્ત બંને પ્રસંગોથી આપણને શિક્ષા મળે છે -

- અન્યાય અને અત્યાચારનો ખુલ્લો વિરોધ કરવો જોઈએ.
- જે અત્યાચાર થતો જોઈને ચુપ રહે છે તે પણ એટલા જ ગુન્હેગાર છે જેટલો દોષી અત્યાચાર કરવાવાળા છે.
- ગમે તેવી વિપરીત પરિસ્થિતિ હોય વ્યક્તિએ તેનો સામનો કરવા માટે બુદ્ધિ અને વિવેકથી કામ લેવું જોઈએ અને પરિસ્થિતિને પોતાને અનુરૂપ બનાવી લેવી જોઈએ. જેમ આઝાદે પોતાની સુઝબુઝ, બુદ્ધિ અને વિવેકથી નગ્ન શરીરે પણ કડકડતી ઠંડીનો સામનો કર્યો.
- એ જરૂરી નથી કે અત્યાચાર આપણા પર જ હોય ત્યારે આપણે એનો વિરોધ કરીએ. અત્યાચાર કોઈના પણ પર હોય, જો આજે એને ન રોકવામાં આવ્યો તો કાલે આપણે પણ એના શિકાર બની શકીએ છીએ.
- બીજાને સંકટમાં જોઈને પણ ચુપ રહેવાવાળો પોતાના પર સંકટ પડવા પર પોતાને એકલો અનુભવે છે.
- અત્યાચાર થતો જોઈ જો આજે તમે આંખો બંધ કરી દો છો, તો એ નક્કી છે કે કાલે તમારો વારો છે અને તમને એ અત્યાચારમાંથી બચાવનાર કોઈ નહીં હોય.

માઁની શિખામણ

વાત એ દિવસોની છે જ્યારે અમેરિકામાં ગુલામ પ્રથાનું ચલન હતું. ઘેટા-બકરાની જેમ માણસોની ખરીદી-વેચાણ થતું હતું.

એક ધનવાન વ્યક્તિ પાસે બેંકર નામનો એક ગુલામ હતો. જે મન મૂકીને પોતાના માલિકની સેવા કરતો હતો. માલિક પણ એના કાર્યોથી સંતુષ્ટ હતા. એ દિવસોમાં વધારે ધનવાન એજ ગણાતો હતો. જેની પાસે સૌથી વધારે ગુલામ હોય. તેથી ધનવાન લોકો ક્યારેક ગુલામોના બજારમાં નવા ગુલામ ખરીદતા હતા.

એક દિવસ બેંકરનો માલિક બેંકરને લઈને ગુલામોના બજારમાં ગયો.

તે એક નવો ગુલામ ખરીદવા માંગતો હતો.

બજારમાં તેઓ બંને સાથે ફરી રહ્યાં હતા ત્યારે બેંકરની નજર એક વૃદ્ધ ગુલામ પર પડી. થોડી વાર તે તેને એકીટશે જોતો રહ્યો પછી એણે પોતાના માલિકને આગ્રહ કર્યો કે તે એને ખરીદી લે.

માલિકે આશ્ચર્ય વ્યક્ત કર્યું, “બેંકર આ વૃદ્ધ અને અસરકારક છે. ભલા શું કામ કરી શકશે ?”

“માલિક તમે ઠીક કહો છો, આ બુઢો અને અસહાય છે, પણ તમે વિશ્વાસ રાખો, એના ભાગનું કામ પણ હું જાતે જ કરી લઈશ. તમને કોઈ પ્રકારની ફરિયાદની તક નહીં મળે.

"પણ તું એને જ ખરીદવાની જીદ કેમ કરે છે ?" માલિકે પૂછ્યું, અહિં ઘણા તંદુરસ્ત અને જુવાન ગુલાન છે, એમાંથી કોઈને ખરીદી લઈએ છીએ."

"જુવાનો ને તો બધા ખરીદી રહ્યાં છે, બુઢાને જો કોઈ નહીં ખરીદે તો તેઓ ભૂખ-તરસથી એમ જ મરી જશે."

બેંકરનો માલિક સમજી ગયો કે એમાં ચોક્કસ કોઈ રહસ્ય છે. તેથી તેણે યોગ્ય મૂલ્ય આપીને બુઢા ગુલામને ખરીદી લીધો.

માલિકની સાથે સાથે તે હવે એ બુઢા ગુલામની પણ ખૂબ સેવા-ચાકરી કરતો. એને નવડાવતો, કપડાં બદલાવતો, પોતાના હાથોથી ભોજન કરાવતો.

બેંકરના માલિકે એનો આ સમર્પણ ભાવ જોઈને સમજી લીધું કે હોય ન હોય, આ બુઢો એનો કોઈ સંબંધી છે. તેથી એક દિવસ એણે બેંકને જોર દઈને એ વિષયમાં પૂછ્યું તો બેંકરે જણાવ્યું, "માલિક બુડઢો ગુલામ મારા કોઈ સંબંધી નથી, પણ મારો સૌથી મોટો શત્રુ છે."

"શું ?" માલિકનું મ્હોં આશ્ચર્યથી ખુલ્લું રહી ગયું. "આ તું શું કહી રહ્યો છે બેંકર."

"હું સાચું કહી રહ્યો છું માલિક, બાળપણમાં આ જ માણસે મને એક નોકર તરીકે વેચી દીધો હતો. સમયની તાસીર જુઓ, ઉમરના આ પડાવ પર એ જાતે ગુલામોની લાઈનમાં ઉભેલો દેખાયો. એણે ભલે મને ન ઓળખ્યો, પણ મેં એને ઓળખી લીધો. એની દયાજનક હાલત જોઈને મને એના પર દયા આવી, એટલે મેં તમને એને ખરીદવાનો આગ્રહ કર્યો. વાસ્તવમાં મારી માએ બાળપણમાં મને શિખવાડ્યું હતું કે જો

શત્રુ પણ નગ્ન હોય તો એને વસ્ત્ર આપો, ભૂખ્યો હોય તો ભોજન આપો. અસહાય હોય તો સેવા કરો, તરસ્યો હોય તો પાણી આપો, એટલે જ હું એની આટલી સેવા કરું છું અને માની શિખામણ પ્રમાણે ચાલું છું. માનું કહેવું હતું કે જે આવું કરે છે ભગવાન ઈસુ તેના પર પ્રસન્ન થાય છે."

તારી મા સાચું કહેતી હતી બેંકર. આજે ભગવાન ઈસુ સાચો જ તારા પર મહેરબાન થયા." માલિકે બેંકરના હાથ પકડીને કહ્યું, "મારા દિકરા, હું આજે જ તને તારી ગુલામીમાંથી મુક્ત કરું છું. આજથી તું મારો ગુલામ નહીં, પણ સહયોગી બનીને મારી સાથે રહીશ."

બેંકરની આંખો ખુશીથી ભરાઈ આવી.

દોસ્તો આ વાર્તાથી આપણને શિક્ષા મળે છે કે -

- જો તમારી સાથે કોઈ બૂરાઈ કરે તો તેનો બદલો ભલાઈ કરીને પાછો વાળો.
- જો આપણા મનમાં બીજા પ્રત્યે દયા ભાવ છે, તો ઈશ્વર હંમેશા આપણા પર કૃપા કરે છે.
- શત્રુ પ્રત્યે પણ મનમાં દ્વેષ ન રાખો અને માણસને ભગવાન માનીને સદા એના પ્રત્યે સેવા અને સમર્પણ ભાવ રાખો.
- શત્રુ સાથે શત્રુતા નિભાવવી સહેલી છે, પણ શત્રુની સાથે પણ મિત્રતાનો વ્યવહાર કોઈ વિરલો જ કરી શકે છે.

□□□

કાશ ! કેટલાક કામ અધૂરાં ન હોત.

પૃથ્વીના ગુરુત્વાકર્ષણની શોધ કરનારા વિશ્વ પ્રસિદ્ધ વૈજ્ઞાનિક ન્યુટનને કોણ નથી ઓળખતું. વિશ્વવિખ્યાત હોવા છતાં તેઓ અત્યંત વિનમ્ર અને મૃદુભાષી હતા. અભિમાન જેવા દુર્ગુણ એને અડવાનું પણ સાહસ કરી શક્યા ન હતા.

એકવાર ન્યુટન બહુ બીમાર થઈ ગયા. અંત સમય નજીર આવતો દેખાતો હતો. એમના મિત્રો, ભાઈઓ સંબંધી બધા એમને મળવા આવતા હતા અને તેમના જલ્દી સજા થવાની કામના કરી હિંમત આપતા હતા. અંતિમ સમયે પણ ન્યુટનના ચહેરા પર એક અતૃપ્તિ હતી. એક દુઃખનો ભાવ હતો, જાણે એ કાંઈ અધૂરુ છોડીને જઈ રહ્યાં છે અને જીવન એમને એ અધૂરા કામને પૂરા કરવાની મુદત આપતું ન હતું.

મોટા ભાગના લોકો ન્યુટનના ચહેરાના એ ભાવોનો અર્થ એજ લગાવી રહ્યાં હતા કે સંસાર છોડવાની પીડા ન્યુટનને અંદર ને અંદર તડપાવે છે. તેથી એક મિત્રએ કહ્યું, “આ સમયે તમારા ચહેરા પર આ બેચેની કેવી ? આ દુઃખ કેવું ? શું મૃત્યુના ભયથી તમે ભયભીત અને દુઃખી છો ?”

“ના, મૃત્યુ શાશ્વત સત્ય છે એનાથી શું ડરવાનું ?”

“પછી ?” તમારા ચહેરા પર આ સમયે તો અપાર સંતોષ હોવો જોઈએ. તમે પ્રકૃતિના ગુઢ રહસ્યોને નજીકથી જોયા અને જાણ્યા છે, એના માટે આખો સંસાર તમારો ઋણી છે અને હંમેશા રહેશે.”

મિત્રની વાત સાંભળીને ન્યુટન બોલ્યા, “સંસાર મારી શોધ વિષે ગમે તે કહે, પણ મને લાગે છે કે હું સમુદ્ર તટ પર રમનારા એ નાના બાળક જેવો છું. જેની સામે સત્યનો અથાગ સમુદ્ર શોધ્યા વગરનો જ પડ્યો છે. એ જુદી વાત છે કે પોતાના સાથીઓની કરતાં એ બાળકને કેટલાક વધારે સુંદર પત્થર, સીપ, શંખ કિનારા પર પડેલા મળી જાય છે. કાશ ! હું કાંઈક વધુ સારા કાર્ય અને નવી શોધ કરી શક્યો હોત.”

મિત્ર સમજી ગયા કે ન્યુટનના ચહેરા પર બેચેની અને અસંતોષ કેમ છે. વાસ્તવમાં ન્યુટનને પોતાના અંતિમ સમયમાં પણ દુઃખ હતું કે ઘણા કામ હજુ અધૂરા છે, જેને તેઓ પૂરા કરી શક્યા નહીં.

આ વાર્તાથી આપણને શિક્ષા મળે છે કે -

- કર્મવીર સદા અસંતુષ્ટ રહે છે. તે શરીરથી ભલે થાકી જાય, પણ તેમની હિંમત કદી નથી થાકતી.
- એમના મનમાં કાંઈક કરી દેખાડવાની એવી આગ હોય છે, જેને તેઓ પોતાના કર્મરૂપી બળતણથી સદા પ્રજ્જવલિત રાખે છે.
- ન્યુટન જેવા લોકો શારીરિક રૂપે ભલે આપણી વચ્ચે ન રહે, પણ એમના સિદ્ધાંત સદા એમને જીવતા રાખે છે.
- મૃત્યુના સમયે ધન, સુખ, સંતાન અને કુટુંબનો વિચાર બધાને હોય છે, પણ કર્મને અધૂરા છોડવાનું દુઃખ મહાન, કર્મવીર અને ત્યાગીના ચેહરા પર જ દેખાય છે.
- એટલે જે કાલે કરવાનું છે, વ્યસ્તતામાંથી સમય કાઢીને એને આજે જ કરવાનો પ્રયત્ન કરો, જેથી કાલે જીંદગી મુદત ન આપે તો કેટલાક કામ અધૂરા રહી જવાનું દુઃખ ન રહે.

ધીરજની પરીક્ષા

મહાત્મા સુકરાતની અસાધારણ ધીરજ, સહનશીલતા તેમજ વ્યવહાર કુશળતાનો બધા આદર કરતા હતા, પરંતુ એમની પત્નિ જેન્થપનો વ્યવહાર એમના પ્રત્યે બહુ ક્રુર, ઘાતક તેમજ અરિષ્ટતાથી ભરેલો હતો. તે વાત વાતમાં એમને ધમકાવતી, ફટકારતી અને અપમાનિક કર્યા કરતી હતી.

એક દિવસ સુકરાત તેમના શિષ્યોની સાથે બેસીને તેમને કોઈ ઉપદેશ આપી રહ્યાં હતા.

અચાનક એમની પત્નિ જેન્થપ ત્યાં આવી પહોંચી અને મહાત્મા સુકરાત તરફ ક્રોધ ભરેલી નજરોથી જોઈને બોલી, "શું ભીડ ભેગી કરી છે અહિં. મોટા ઉપદેશક બનો છો અને જુવાનોને માર્ગદર્શન કરવાની શેખી મારો છો. શું તમે જ બધાનો ઠેકો લીધો છે ?"

પોતાના સ્વભાવને અનુરૂપ સુકરાત શાન્ત બેસી રહ્યાં, પરંતુ એમના શિષ્યોને એમની પત્નિનો આવો અભદ્ર વ્યવહાર સારો ન લાગ્યો. પોતાના ગુરુનું અપમાન તેમનાથી સહન થયું, તો તેઓ બોલ્યા, "ગુરુદેવ અમે આ સહન કરી શક્તા નથી કે કોઈ તમારું આ રીતે રોજ અપમાન કરે."

"હું...." જેન્થપે ઘૃણાથી એ બધાની તરફ જોયું અને પગ પછાડતી ત્યાંથી જતી રહી.

સુકરાત બહુ શાંત અને નમ્ર લેહકામાં બોલ્યા, "સાંભળો, તમે એને

મારો દુશ્મન ન સમજો. તે મારી સૌથી મોટી હિતેચ્છુ છે. જે રીતે કોઈ વ્યક્તિ જ્યારે બજારમાં કોઈ વાસણ ખરીદવા જાય છે તો તે એને ખખડાવીને જુએ છે કે વાસણ ક્યાંથી તૂટેલું તો નથીને, ઠીક એ એ જ રીતે મારી પત્નિ પણ આ રીતના કડવા વચન કહીને મારા ધીરજની પરીક્ષા લે છે કે બીજાઓને ધીરજ, સંયમ, સહનશીલતા અને દઢતાનો ઉપદેશ આપવાવાળો હું કેટલો ધીરજવાન, સંયમી, સહનશીલ અને દઢ છું અને પોતે પણ આ ગુણોમાં ખરો ઉતરું છું કે નહીં.''

મહાત્મા સુકરાતનું ધૈર્ય તથા સહનશીલતા જોઈને એમના શિષ્યો નતમસ્તક થઈ ગયા.

દોસ્તો, આ વાર્તાથી આપણને શિક્ષા મળે છે કે -

- આપણે આપણા ટીકાકાર અથવા નીંદકને શત્રુતાની દૃષ્ટિએ ન જોવો જોઈએ.
- આપણો દૃષ્ટિકોણ એવો હોવો જોઈએ કે તેઓ આપણા હિતેચ્છુ છે, કેમ કે આ રીતે કડવા વચન કહીને તેઓ આપણા ધૈર્યની પરીક્ષા લે છે અથવા આપણને આપણા દોષ બતાવીને સુધરવાનો અવસર આપે છે.
- આલોચક આપણને સુધારવાનું કાર્ય કશું લીધા વગર કરે છે અને આપણા દોષ આપણને શોધીને બતાવે છે તેથી અપમાન કર્યા વગર એમનું સન્માન કરવું જોઈએ.

□□□

વેરનો અંત હોય, વેરીનો નહીં

રાજર્ષિ વિશ્વામિત્ર બહુ જ ક્રોધી સ્વભાવના હતા. તેઓ ક્ષત્રિય હતા પણ ઘોર તપસ્યાને અંતે દેવોએ એમને રાજર્ષિની ઉપાધિ આપી. જ્યારે વિશ્વામિત્ર ઇચ્છતા હતા કે એમને બ્રહ્મર્ષિની ઉપાધિ આપવામાં આવે. એમણે દેવોને આ વાત જણાવી તો તેઓ બોલ્યા, કે જો બ્રહ્મર્ષિ વશિષ્ઠ એમને બ્રહ્મર્ષિ માની લે ત્યારે જ એમને બ્રહ્મર્ષિ જાહેર કરી શકાય છે.

વિશ્વામિત્રએ બ્રહ્મર્ષિ વશિષ્ઠ ઉપરોક્ત આગ્રહ કર્યો તો એમણે એમને બ્રહ્મર્ષિ માનવાની સ્પષ્ટ ના પાડી દીધી, કેમ કે એ નિયમથી વિરુદ્ધ હતું કે કોઈ ક્ષત્રિયને બ્રાહ્મણ માનવામાં આવે, બીજું ક્ષત્રિય હોવાને કારણે સ્વભાવે તેઓ અત્યંત ક્રોધી હતા અને ક્રોધ કરવાનું તે છોડી શક્તા ન હતા, જે એમને બ્રહ્મર્ષિ માનવામાં સૌથી મોટી અડચણ હતી. વાસ્તવમાં રાજર્ષિનું પદ બ્રહ્મર્ષિથી ઉતરવું હોય છે. રાજર્ષિ વિશ્વાસમિત્રના મનમાં આ પ્રસંગ કાંટાની જેમ ખૂંચી ગયો અને વશિષ્ઠજીને રસ્તામાંથી હટાવીને પોતાનો ક્રોધ શાંત કરવા માટે નવા-નવા ઉપાય વિચારવા લાગ્યા.

સમયાંતરે આ ક્રોધ એટલો વધી ગયો કે રાજર્ષિ વિશ્વામિત્ર વશિષ્ઠજીના લોહી તરસ્યા બની ગયા.

એક દિવસ વિશ્વામિત્રજી એ વિચાર્યું કે વશિષ્ઠને કે મારી ન ખાનું. તેથી એક સાંજે તલવાર લઈને તે એક ઝાડ પર જઈ બેઠા જેની નીચે બ્રહ્મર્ષિ વશિષ્ઠની કુટિર હતી.

સાંજ પડતા વશિષ્ઠજી તેમના શિષ્યો સાથે કુટિરમાં પધાર્યા.

ચાંદની રાત હતી. ઝાડ પર બેઠેલા વિશ્વામિત્રજીને બધું સ્પષ્ટ દેખાતું હતું.

એક શિષ્યએ કહ્યું, "ગુરુદેવ, જુઓ, ચંદ્ર કેટલો સ્વચ્છ, નિર્મલ તથા શીતળ દેખાઈ રહ્યો છે."

"હા." વશિષ્ઠજી બોલ્યા, "બિલ્કુલ વિશ્વામિત્રજીની જેમ."

"તમે આ શું કહી રહ્યાં છો ગુરુદેવ." શિષ્યોએ ચોંકીને કહ્યું, "રાજર્ષિ વિશ્વામિત્ર, તમને પોતાના શત્રુ માને છે. તેઓ સદા તમારી નિંદા કરતા રહે છે અને તમે એમને ચંદ્ર જેવા સ્વચ્છ, નિર્મલ અને શીતલ કહી રહ્યાં છો."

"મારા શિષ્યો એ ઠીક છે કે તે મને એમનો શત્રુ માને છે અને મારી નિંદા કરે છે, પણ કેવળ આ કારણે જ આપણે તેમના ગુણોને ભૂલવા ન જોઈએ. તે એક મહાન આત્મા છે. કાયમ તપસ્યામાં લીન રહે છે. ઈશ્વરની નજીક છે અને સત્ય તો એ છે કે જો એ ક્રોધ કરવાનું છોડી દે તો બ્રહ્મર્ષિના બધા ગુણો તેમનામાં છે. આવા પરમ આત્માની ચરણ વંદના કરવાની વારંવાર ઈચ્છા થાય છે."

વૃક્ષ પર બેઠેલા વિશ્વામિત્ર એ એમના માટે આ વાત સાંભળી તો આશ્ચર્યચકિત થઈ ગયા. વિચારવા લાગ્યા - "હું તો વશિષ્ઠની હત્યા કરવા આવ્યો હતો, પણ એમના હૃદયમાં મારા માટે આટલો આદર, આટલો સ્નેહ અને આટલી ભક્તિ છે. ધિક્કાર છે મને. હું આજ સુધી દ્વેષ અને વેરના અગ્નિમાં સળગતો રહ્યો. કાયમ વશિષ્ઠજીની નિંદા કરતો રહ્યો. સાચું કહ્યું વશિષ્ઠજીએ, મેં તપસ્યા કરીને રાજર્ષિની ઉપાધિ અવશ્ય મેળવી લીધી, પરંતુ બ્રહ્મર્ષિ બનવાની યોગ્યતા મારામાં

નથી. ક્રોધ, ઈર્ષ્યા, દ્વેષ આજ મારા માર્ગના મોટા શત્રુ છે. જે આ અવગુણો પર વિજય મેળવી શક્તો નથી, તેને બ્રહ્મર્ષિ બનવાનો કોઈ અધિકાર નથી, એ તો આ પદના ગૌરવની વિરુદ્ધ છે. પોતાના આ દોષોને કારણે જ આજે હું બ્રહ્મકૃપા કરવા નીકળી પડતો. ધિક્કાર છે મને." વિશ્વામિત્રજીની આંખમાં પશ્ચાતાપના ભાવ દેખાવા લાગ્યા.

તેઓ ઝાડ પરથી ઉતર્યા અને બ્રહ્મર્ષિ વશિષ્ઠની સમક્ષ આવી ઊભા રહ્યાં. એકાએક એમને જોઈને વશિષ્ઠજીના શિષ્યો સ્તબ્ધ થઈ ગયા. જ્યારે વિશષ્ટજી એમના માનમાં ઊભા થઈ સ્નેહથી બોલ્યા, "આવો મુનિવર, આપનું સ્વાગત છે."

વિશ્વામિત્રજીની આંખો ભરાઈ ગઈ. તેઓ વશિષ્ઠના ચરણોમાં પડી ગયા અને પોતાનું મસ્તક તેમના ચરણોમાં રાખીને બોલ્યા, "મને માફ કરો. હે પુણ્યાત્મા, મેં તમારા પ્રત્યે મનમાં દ્વૈષ પાળ્યો, અને એ દ્વેષને કારણે જ હું આજે આપની હત્યા કરવા આવ્યો હતો. મને માફ કરો પ્રભુ. મને માફ કરો. હું જાણી ગયો છું કે બ્રહ્મર્ષિ બનવાની કે કહેવડાવવાની યોગ્યતા મારામાં નથી બ્રહ્મર્ષિ તો તમારા જેવા સ્નેહી, ક્ષમાશીલ, સંયમી, નિર્ભય અને નિર્વર જ હોય શકે છે. હું મુરખ તમને મારા શત્રુ સમજતો રહ્યો જ્યારે મારા સાચા શત્રુ તો મારો ક્રોધ, મારો ઈર્ષ્યાળું સ્વભાવ અને મારા મનમાં રહેલી દ્વેષની ભાવનાઓ છે. મને ક્ષમા કરો ભગવાન... મને ક્ષમા કરો.

વશિષ્ઠજીએ એમને ઊભા કરીને ગળે લગાવી લીધા અને બોલ્યા, "આજથી આપ બ્રહ્મર્ષિ થયા, કેમ કે આજે તમે તમારા ક્રોધનો ત્યાગ કર્યો છે. આજે હું એક નવા વિશ્વામિત્રને મારી સામે જોઈ રહ્યો છું. આજે એ વિશ્વામિત્રજીનો અંત થઈ ગયો

જે બ્રહ્મર્ષિ કહેવામાં મને સંકોચ થતો હતો, પરંતુ આજે હું નિઃસંકોચ સ્વીકાર કરું છું કે તમે બ્રહ્મર્ષિ છો. હે બ્રહ્મર્ષિ વિશ્વામિત્ર હું તમને પ્રણામ કરું છું."

વિશ્વામિત્રજીની આંખોમાંથી અશ્રુધારાઓ વહેવા લાગી.

આ રીતે બંનેએ પોત-પોતાના વેરી અને વેરનો અંત લાવી દીધો.

દોસ્તો, આ વાર્તાથી આપણને બહુ દુર્લભ શિક્ષણ મળે છે -

- માણસે વેરને સમાપ્ત કરવું જોઈએ, નહીં કે વેરીને.
- કોઈના દોષોને લઈને જ્યાં - ત્યાં કોઈની નિંદા ન કરો, પણ એના ગુણોની સર્વગ ચર્ચા કરો.
- ઘણીવાર પોતાનું વિશ્લેષણ ન કરીને બીજાને પોતાના શત્રુ સમજીએ છીએ, જ્યારે સાચા શત્રુ તો આપણી અંદર હોય છે - આપણો ખોટો વ્યવહાર, આપણો ક્રોધ, ઈર્ષ્યા-દ્વેષની ભાવના, સ્વાર્થ, લોભ-લાલચ વગેરે આપણા ઘોર શત્રુ છે, પરંતુ અહંકારવશ આપણે એને શત્રુ ન માનીને પોતાના ગુણ માની લઈએ છીએ અને બીજાઓ પ્રત્યે દ્વેષ રાખીએ છીએ.
- જો આજે તમને તમારી ઈચ્છાનુસાર સન્માન, મોભો અથવા આદર નથી મળી રહ્યો તો તેનો દોષ બીજાને ન આપો અને ન બીજા સાથે વેર બાંધો, બલ્કે પોતાની અંદર જુઓ અને પોતાની નબળાઈઓ, અવગુણોને જોઈને એનો ત્યાગ કરો.

□□□

ક્રોધની પીડા

આદિગુરુ શંકરાચાર્યના સમયનો પ્રસંગ છે.

એકવાર મહાવિદ્વાન મન્ડન મિશ્રાજીએ આદિગુરુ શંકરાચાર્યજી સાથે શાસ્ત્રાર્થ કરવાનું વિચાર્યું. એનું કારણ શંકરાચાર્યની વધતી લોકપ્રિયતા હતી. મન્ડન મિશ્રનો મત હતો કે તેઓ શંકરાચાર્ય કરતા વધારે વિદ્વાન હતા, પછી લોકો શંકરાચાર્ય પાછળ શા માટે દોડે છે ?

તેથી પોતાની શ્રેષ્ઠતા સાબિત કરવા માટે એમણે આદિગુરુ શંકરાચાર્યજીને શાસ્ત્રાર્થ કરવા માટે આમંત્રિત કર્યા.

આદિગુરુએ એમનું આમંત્રણ સ્વીકારી લીધું.

મન્ડન મિશ્રના પત્નિ દેવી ભારતી પણ એક વિદ્વાન મહિલા હતા.

આદિગુરુ એમની પત્નિની વિદ્વતા જાણતા હતા.

તેથી શાસ્ત્રાર્થમાં નિર્ણય કરવાની વાત થઈ તો આદિગુરુની શરૂઆત પર દેવી ભારતીને નિર્ણય કરવાનો અધિકાર અપાયો.

નક્કી કરેલા સમયે શાસ્ત્રાર્થ શરૂ થયો.

ઘણા વિદ્વાનો મંડપમાં હાજર હતા.

આદિગુરુ શંકરાચાર્ય બહુ જ શાંતચિત્તે મંડન મિશ્રજીના પ્રશ્નોના જવાબ આપીને એમને નિરુત્તર કરતા જતા હતા. આ શાસ્ત્રાર્થ લગાતાર સોળ દિવસ ચાલતો રહ્યો.

દેવી ભારતીને અચાનક કોઈ જરૂરી કામથી શાસ્ત્રાર્થની મધ્યમાં ઉઠીને જવું પડ્યું.

તેઓ ઊભા થયા અને એમણે ફુલોની બે માળાઓ લઈને એક-એક માળા બંને વિદ્વાનોના ગળામાં પહેરાવી દીધી અને કહ્યું - "મારી ગેરહાજરીમાં આ માળાઓ મારું કાર્ય કરશે."

લોકો આશ્ચર્યચકિત ! માળાઓ કેવી રીતે બતાવશે કે દેવી ભારતીની ગેરહાજરીમાં કોણ કોને ભારી પડ્યા.

થોડા સમય પછી દેવી ભારતી પોતાનું કામ પૂરું કરીને પાછા આવી ગયા. એમણે વારાફરતી શંકરાચાર્ય અને મન્ડન મિશ્રની તરફ જોયું.

લોકો ઉત્સુક હતા કે જોઈએ, દેવી ભારતી શું નિર્ણય આપે છે ?

કેટલાકનો મત હતો કે ને પતિના પક્ષમાં નિર્ણય કરશે.

કેટલાકનું માનવું હતું કે તે ઉપસ્થિત ન હતા તેથી નિર્ણય સાચો નહીં કરી શકાય.

દેવી ભારતી ધ્યાનથી એ માળાઓને જોઈ રહી હતી. જે એ બંને વિદ્વાનોને પહેરાવીને ગયા હતા.

પછી એકાએક જ એમનો નિર્ણાયક સ્વર ગાજી ઉઠ્યો - "આ શાસ્ત્રાર્થમાં આદિગુરુ શંકરાચાર્ય વિજયી થયા."

એમનો નિર્ણય સાંભળતા જ ચારે બાજુ હલચલ મચી ગઈ.

મન્ડન મિશ્ર અવાક રહી ગયા, જ્યારે આદિગુરુ મંદ મંદ હસતા હતા.

અહિં લોકો પરેશાન હતા કે આખરે ક્યા આધારે વિદુષીએ પોતાના પતિને પરાજિત અને શંકરાચાર્યને વિજયી જાહેર કર્યા ?

એક વિદ્વાને નમ્રતાથી પૂછ્યું, "દેવી, આપ તો શાસ્ત્રાર્થની મધ્યમાં જ ક્યાંક ચાલ્યા ગયા હતા પછી પાછા વળતા જ તમે આ નિર્ણય કયા આધારે કર્યો ?"

"તમે તો જોયું જ હશે કે બંને શાસ્ત્રાર્થિઓના ગળામાં હું એક-એક માળા પહેરાવીને ગઈ હતી."

"હા, પરંતુ....."

"આ નિર્ય એ માળાઓનો જ છે."

"અમે કાંઈ સમજ્યા નહીં દેવી, કૃપયા સ્પષ્ટ કરો." વિદ્વાનોએ કહ્યું.

દેવી ભારતી બોલ્યા, "સજ્જનો, જ્યારે કોઈ વિદ્વાન શાસ્ત્રાર્થમાં પરાજિત થવા લાગે છે તો પતોની જાતને નબળી માનવા લાગે છે. એ કારણથી તે ક્રોધિત થઈ જાય છે. આ જ ક્રોધના કારણે મારા પતિના ગળાની માળા સુકાઈ ગઈ, જ્યારે શંકરાચાર્યની માળાના ફૂલ પહેલાની જેવા જ તાજા હતા. આનાથી સાબિત થાય છે કે શંકરાચાર્યનો વિજય થયો છે.

દેવી ભારતીનો નિર્ણય સાંભળી બધા દંગ રહી ગયા.

દોસ્તો, આ વાર્તાથી આપણને શિક્ષા મળે છે -

- પોતાનાથી વધારે વિદ્વાનની વિદ્વતા સ્વીકારવામાં વ્યક્તિએ સંકોચ રાખવો જોઈએ નહીં અને ન તો અહંકારવશ એ સમજવું જોઈએ કે હું વધારે વિદ્વાન છું.
- દ્વેષ તથા ઈર્ષ્યાવશ કોઈ વિદ્વાનને નીચો દેખાડવાની કુચેષ્ટા ક્યારેય કરવી જોઈએ નહીં.
- ક્રોધમાં વ્યક્તિ સાચી વાત નથી કરતો, ત્યારે એ ફક્ત બીજાના હૃદને પીડા આપવા માંગે છે.
- ક્રોધની શરૂઆત મુર્ખાઈથી થાય છે પણ એનો અંત પ્રશ્ચાતાપથી થાય છે.

◆ નિર્ણાયકની ભૂમિકા બહુ મહત્ત્વની હોય છે કહેવાય છે કે નિર્ણાયકના મુખે સ્વયં ભગવાન બોલે છે તેથી નિર્ણાયકની ભૂમિકા નિભાવતી વખતે ક્યારેય પક્ષપાત કરવો જોઈએ નહીં.

હંમેશા યાદ રાખો કે તમારી મનોદશાનો પ્રભાવ તમારી આસપાસની વસ્તુઓ પર, તમારા આભુષણો તથા તમારા વસ્ત્રો વગેરે પર પણ પડે છે. તમારી મનોદશા જેવી હશે, તેવું જ તમારી આસપાસનું વાતાવરણ હશે. તેથી પોતાની મનોદશાને કાયમ સ્વસ્થ રાખો.

□□□

જેના હાથથી અમૃત ઝેર લાગે

આયુવેદાચાર્ય નાગાર્જુનને તેમની પ્રયોગશાળામાં કામ કરવા માટે એક યોગ્ય સહાયકની જરૂર હતી. બે યુવકો પોતાને આ પદ માટે તેમની સમક્ષ હાજર થયા. બંનેમાં ગુણોની ભરમાર હતી. સહાયકના પદ માટે બંને બધી રીતે યોગ્ય હતા, પણ આચાર્યને ફક્ત એક જ સહાયકની જરૂર હતી. હવે તેઓ એ મુંઝવણમાં હતા કે કોને હા કહે અને કોને ના કહે.

ખૂબ વિચાર્યા પછી તેમને એક યુક્તિ સૂઝી. એમણે બંનેને કેટલીક જડી-બુટ્ટીઓ આપીને કહ્યું કે પોત-પોતાના ઘેરથી આ જડી-બુટ્ટીઓમાંથી રસાયણ બનાવીને લાવે. એના માટે બે દિવસનો સમય નક્કી કરવામાં આવ્યો.

બંને યુવકો જડી-બુટ્ટીઓ લઈને જતા રહ્યાં.

બે દિવસ પછી બંને યુવક તેમની પાસે પહોંચ્યા.

આચાર્યએ પૂછ્યું, "બની ગયું રસાયણ ?"

"હા, ગુરુદેવ." એક યુવક બોલ્યો, "મેં રસાયણ બનાવી લીધું છે."

"અચ્છા, કોઈ મુશ્કેલી તો નથી પડીને ?" આચાર્યએ પૂછ્યું.

"ઘણી મુશ્કેલી પડી ગુરુદેવ," રસાયણ બનાવીને લાવવાવાળો યુવક વર્ગથી બોલ્યો, "જે સમયે હું જડી-બુટ્ટીઓ લઈને ઘેર પહોંચ્યો.

મારા કુટુંબીજનોની સ્થિતિ ખરાબ હતી. મા તાવથી તડપતી હતી, પિતા વાનો પીડાથી કણસતા હતા અને પછી ખબર પડી કે નાના ભાઈના પગનું હાડકું ભાંગી ગયું છે, પણ મેં કોઈની પરવા ન કરી, રસાયણ બનાવવામાં લાગી ગયો. પરિણામ તો તમે જોઈ જ રહ્યાં છો, આ સમયે રસાયણ સાથે હું તમારી સેવામાં ઉપસ્થિત છું."

"હું" આચાર્ય નાગાર્જુને ગંભીરતાથી હુંકાર ભર્યો, પછી બીજા યુવક તરફ જોયું, "તું પણ રસાયણ બનાવી લાવ્યો ?"

તે શરમથી માથું નમાવી ઊભો હતો.

નાગાર્જુન બોલ્યા, "લાગે છે તું રસાયણ નથી બનાવી શક્યો."

"જી." માથું નમાવી ઊભેલા યુવકે કહ્યું.

"કેમ ? શું મુશ્કેલી હતી ?"

"ગુરુદેવ, જ્યારે હું ઘેર પહોંચ્યો તો માએ કહ્યું કે પડોસમાં રહેનાર એક વૃદ્ધા સખત બિમાર છે. એમનું આ સંસારમાં કોઈ નથી, એટલે અમે લોકો જ તેમની દેખરેખ રાખીએ છીએ. એમની બિમારીની વાત સાંભળીને હું ત્યાં જતો રહ્યો અને જોયું, તે તાવથી તડફડતી હતી. બસ, એમની સેવા ચાકરીમાં જ બે દિવસ વીતી ગયા, રસાયણ બનાવવાનો સમય જ ન મળ્યો."

એની સ્થિતિ જાણીને પહેલો યુવક ખૂબ ખુશ થયો કે ચાલો, આની તો છુટ્ટી થઈ ગઈ. બેવકૂફ ! એક પારકી બુઢિયાના ચક્કરમાં આવી સોનેરી તક ગુમાવી બેઠો. રસાયણ બનાવવા માટે મેં તો મારા માતા-પિતા ભાઈ સુદ્ધાની પરવા કરી નથી અને આ મૂરખ....

ત્યાં જ આચાર્ય નાગાર્જુને રસાયણ બનાવીને નહીં લાવનાર યુવકને પોતાની નજીક બોલાવ્યો. "અહિં આવ."

યુવક આગળ આવીને આચાર્યની પાસે જઈ બેઠો.

રસાયણ બનાવીને લાવનાર યુવકને આશા હતી કે હવે વેદાચાર્યજી એને રવાના કરી દેશે, પણ એમણે પ્રેમથી એના માથા પર હાથ મૂક્યો અને હસીને બોલ્યા, "મારા સહાયક બનવા માટે તું જ યોગ્ય પાત્ર છે."

રસાયણ બનાવીને લાવનાર યુવક ચોંક્યો. એને એના કાન પર વિશ્વાસ ન આવ્યો. અવિશ્વાપૂર્ણ તેમજ વિસ્ફારિત આંખોથી વેદાચાર્યની તરફ જોઈને તે બોલ્યો, "તમે આ શું કહી રહ્યાં છો ગુરુદેવ."

"મેં ઠીક જ કહ્યું છે દિકરા. એ સાચું છે કે તેં રસાયણ બનાવી લીધું. રસાયણ બનાવવું મોટી વાત નથી. વિધિ જાણીને કોઈપણ રસાયણ બનાવી શકે છે, પણ જો રસાયણમાં જીવન-રક્ષાની ભાવના ન હોય, તો તે બેકાર છે. સાચું અને અસરકારક રસાયણ એજ બનાવી શકે છે, જેના મનમાં બીજા પ્રત્યે કરુણા હોય, જેના મનમાં દયા-ભાવ હોય, જે બીજાના દુઃખને પોતાના દુઃખની જેમ અનુભવ કરી શકે અને બીજાના દુઃખ દર્દ દૂર કરવાની ભાવનાથી ભરેલા હોય. જેમાં દયા, કરુણા, કર્તવ્ય, સેવાભાવના આદિનો અભાવ હોય, તે રસાયણ પણ એવું જ બનાવશે, જેવું તું બનાવીને લાવ્યો છે."

રસાયણ બનાવીને લાવનાર યુવકનું માથું શરમથી ઝૂકી ગયું. એણે અનુભવ્યું કે એનામાં સાચ્ચે જ આ ગુણોનો જબરદસ્ત અભાવ છે.

આ વાર્તાથી આપણને શિક્ષા મળે છે કે -

- કશું પણ હોવા પહેલાં માણસમાં માનવીય ગુણોનું હોવું ખૂબ જરૂરી છે.
- જેમાં કરુણા, દયા, સેવાભાવ, કર્તવ્ય ભાવના, પર પીડાનું ભૂતિ જેવા ગુણો ન હોય એના હાથનું અમૃત પણ કોઈને જીવનદાન આપી શક્તુ નથી, જ્યારે આ ગુણોનો માલિક કોઈને સાધારણ પાણી પણ આપે, તો તે અમૃત જેવું અસરકારક બની જાય છે.

□□□

દુઃખ દર્દનો અનુભવ

એક જુવાન છોકરો પોતાનો કોલેજનો અભ્યાસ પૂરો કરીને લશ્કરમાં જોડાય છે અને એને દેશની રક્ષા માટે સરહદ પર હાજર કરી દેવામાં આવે છે. તે દર પંદર દિવસે તેના માતા-પિતાને પત્ર લખે છે અને પોતાના સમાચાર મોકલે છે.

એક દિવસ માતા-પિતાને તેનો એક પત્ર મળે છે. પત્રમાં લખ્યું હતું કે તે રજાઓમાં ઘેર આવે છે.

માતા-પિતા પત્ર વાંચીને ખુશ થાય છે અને જવાબમાં લખે છે - "બેટા, અમે તારા આવવાની અધિરાઈથી રાહ જોઈએ છીએ."

છોકરો જવાબમાં પોતાના માતા-પિતાને લખે છે કે તે એકલો નથી આવી રહ્યો. લશ્કરમાં તેનો એક જિગરી દોસ્ત પણ છે, તેને પણ સાથે લઈને ઘેર આવે છે.

માતા-પિતા જવાબમાં લખે છે - "બેટા, અમે તારી સાથે તારા જિગરી દોસ્તનું પણ સ્વાગત કરીશું. અમારા માટે જેવો તું તેવો તારો મિત્ર જ્યારે તે આપણે ત્યાંથી પાછો જશે તો ખુશ થઈને જ જશે."

પત્રના જવાબમાં છોકરો લખે છે - 'મમ્મી-પપ્પા, હું મારા મિત્ર સાથે પાછલા પત્રમાં એક વાત લખવી ભૂલી ગયો. સરહદ પર દુશ્મનો સાથે લડતા તે ખરાબ રીતે ઘાયલ થઈ ગયો હતો. જેના કારણે તેનો એક હાથ અને એક પગ કાપવો પડ્યો. શું હવે તમે લોકો મારા મિત્રનું સ્વાગત કરશો ?"

પત્રના જવાબમાં માતા-પિતા લખે છે - 'બેટા, અમને એ સાંભળીને અફસોસ થયો કે તારા મિત્રને દેશની રક્ષા કરતા એક હાથ અને એક પગ ગુમાવવા પડ્યા છે, જ્યારે બીજી બાજુ અમને એ ખુશી છે કે તને આવો બહાદુર મિત્ર મળ્યો. હવે તો અમે એનું વધારે સ્વાગત કરીશું અને એની ભરપૂર સંભાળ રાખીશું, જ્યારે એ આપણે ત્યાંથી જશે તો આપણા પ્રેમને નહીં ભૂલી શકે.'

આના જવાબમાં છોકરો લખે છે - 'મમ્મી-પપ્પા, હું ઈચ્છું છું કે મારો મિત્ર હંમેશા આપણી સાથે જ રહે, કેમ કે એનું પોતાનું કોઈ નથી. જો કોઈ છે, તો આપણે જ છીએ.'

પત્રમાં જવાબમાં માતા-પિતાએ લખ્યું - 'બેટા, થોડા સમય માટે તો એક અપંગને આપણે આપણી સાથે રાખી શકીએ છીએ, પણ જીવનભર માટે એને આપણી સાથે રાખવો શક્ય નથી, આપણે તારા મિત્ર માટે કોઈ આશ્રમમાં રહેવાની સારો બંદોબસ્ત કરી દઈશું અને સમયાંતરે એની થોડી - ઘણી આર્થિક મદદ પણ કરતા રહીશું, પણ એને આપણી સાથે હંમેશા રાખવો શક્ય નથી. બેટા, આશા છે કે તું અમારી વાતોને સમજીશ અને તારા મિત્રને કોઈક બીજી જગ્યાએ રહેવાનો બંદોબસ્ત કરાવીશ.'

આ પત્રને વાંચ્યા પછી તે ફૌજી પોતાના માતા-પિતાને કોઈ જ પત્ર લખતો નથી.

એક દિવસ એના માતા-પિતાને સૈન્ય તરફથી એક પત્ર મળે છે, જેમાં લખ્યું હોય છે કે એમના દિકરાએ આત્મહત્યા કરી લીધી છે.

જ્યારે માતા-પિતા ત્યાં પહોંચે છે તો જોઈને આશ્ચર્યમાં મૂકાય છે કે એમના દિકરાનો એક હાથ અને એક પગ કાપેલો હતો.

વાસ્તવમાં બનેલું એમ કે જે જિગરી મિત્ર વિષે તે વારંવાર લખતો હતો તે કોઈ બીજું નહીં તે પોતે જ હતો. જ્યારે એને ખબર પડે છે કે એનો એક હાથ અને એક પગ ન રહેવા તે માતા-પિતા માટે બોજ છે તો તે પોતાની જાતને જ ખતમ કરી નાખે છે.

મા-બાપ તેની લાશ જોઈને રડતા કકડતા કહે છે, - 'બેટા, એકવાર તેં અમને કહી તો દીધું હોત કે તે જિગરી દોસ્ત કોઈ બીજું નહીં તું જાતે છો, તો અમે તને જરૂર સ્વીકારી લેત.'

પણ હવે રડવાથી શું વળે. પંખી તો પીંજરુ તોડીને ઉડી ગયું હતું.

દોસ્તો, આ વાર્તાથી આપણને શિક્ષા મળે છે કે -

- સમાજના પ્રત્યેક વ્યક્તિએ બીજા પ્રત્યે સહાનુભૂતિ દર્શાવવાને બદલે સમાનુભૂતિ દેખાડવી જોઈએ. સમાનુભૂતિથી જ સામેવાળાની પીડાને સમજી તેમજ તેનું દર્દ દૂર કરી શકાય છે.
- કોઈ વ્યક્તિ કોઈ અન્ય વ્યક્તિના દર્દને, દુઃખને અથવા તેની પરિસ્થિતિઓનો ત્યારે જ સાચો અનુભવ કરી શકે છે જ્યારે તે પોતે એ દર્દ, એ દુઃખ કે એ પરિસ્થિતિમાંથી પસાર થઈ ચૂક્યો હોય. જો સમાનુભૂતિનો ગુણ તમારામાં છે તો તમે એ પરિસ્થિતિઓ, દુઃખ-દર્દને જાતે અનુભવ્યા વગર પણ સામેવાળાની સ્થિતિનું સાચું અનુમાન લગાવીને એની મદદ માટે વ્યાકુળ થઈ ઉઠો છો, ત્યારે અપતત્ત્વ અને પ્રેમનો જે સમન્વય દેખાય છે, તે સહાનુભૂતિથી ક્યાંય ઊંચો દરજ્જો રાખે છે.

◆ જ્યારે પણ તમારા મનમાં બીજા પ્રત્યે કરુણા ઉભરાય છે અને તમે જે સમર્પિત ભાવથી આગળ વધીને એના દુઃખ-દર્દને દૂર કરવાનો પ્રયત્ન કરો છો, ત્યારે સામેવાળો પણ આત્મિક ઊંડાઈથી તમારી સાથે જોડાઈ જાય છે અને એને જ સાચો પ્રેમ કહેવાય છે.

□□□

ભેંસ મરી ગઈ તો

એક ગામમાં રામૂ અને શ્યામૂ નામના બે યુવકો રહેતા હતા. મહેનત મજૂરી કરીને તેઓ બંને જેમ-તેમ જીવન નિર્વાહ ચલાવી રહ્યાં હતા. બંને પોતાની હાલની પરિસ્થિતિથી દુ:ખી હતા અને વિચારતા હતા કે નાનો-મોટો પોતાનો ધંધો કરવામાં આવે. આ જ ગડમથલમાં રામૂને એક વિચાર સૂઝયો કે કેમ એક ભેંસ ખરીદવામાં ન આવે. ભેંસનું દૂધ વેચીને પૈસા કમાઈશું, એ પૈસાથી સારું ઘર બનાવીશું, પછી બીજી ભેંસ ખરીદી લઈશું અને પછી બીજીથી ત્રીજી ભેંસ ખરીદી લઈશં. આ રીતે એ બંને ધનવાન બની જશે.

રામુએ શ્યામુને પોતાનો વિચાર જણાવ્યો. વિચાર શ્યામુને પણ સારો લાગ્યો. એણે તે જ ક્ષણે નિર્ણય કરી લીધો કે તેઓ બંને સાથે મળીને ભેંસ ખરીદશે. વાત નક્કી થઈ ગઈ. ઉત્સાહિત થઈને બંને જણા પોત પોતાના ઘેર પહોંચ્યા અને પોતાની પત્નિઓને આ વિચારથી માહિતગાર કરી, રામુની પત્નિ પોતાના પતિના વિચાર જાણીને બહુ ખુશ થઈ અને ખુશી-ખુશી પોતાના ઘરેણાં એને આપીને બોલી, "આ બહુ સારું વિચાર્યું છે તમે. આ લો, મારા ઘરેણાં લઈ લો અને એને વેચીને ભેંસ ખરીદી લાવો. આવક વધશે તો ઘરેણાં ફરી બની જશે."

પત્નિનું સમર્થન મેળવીને રામુની છાતી ગર્વથી ફૂલી ગઈ.

ત્યાં શ્યામુની પત્નિએ તેની વાત સાંભળીને તરત કહ્યું, "જુઓ, આપણી પાસે તો આમેય કાંઈ નથી. લઈ-દઈને આ બે-ચાર

ઘરેણાં છે, એને વેચીને તમે ભેંસ ખરીદી લીધી અને જો ભેંસ મરી ગઈ તો....."

બસ આ વાક્ય શ્યામૂના મગજમાં ઠસી ગયું. - જો ભેંસ મરી ગઈ તો.....

એણે વિચાર્યું પત્નિ યોગ્ય કહી રહી છે, જો ભેંસ મરી ગઈ તો ઘરેણાં પણ હાથમાંથી જતા રહેશે. ના બાબા ના, હું આ જોખમ નથી લઈ શક્તો.

બીજા દિવસે બંને મિત્રો મળ્યા.

શ્યામૂએ કહ્યું, "રામૂ, જો ભેંસ મરી ગઈ તો...."

"શું બેકારની વાત વિચારે છે. ભેંસ ભલા શું કામ મરી જાય ?"

"ના, એકદમ નહીં મરી જાય." શ્યામૂએ પોતાના મનનો ખચકાટ દર્શાવ્યો, "પણ જો મરી ગઈ તો.....?"

રામુએ બહુ પ્રેમથી કહ્યું, "મારા ભાઈ ! તારી આ 'તો' નો મારી પાસે જવાબ નથી.

"પણ મારી પાસે છે." શ્યામૂ બોલ્યો, "જો ભેંસ મરી ગઈ તો ગાંઠના પૈસા પણ જશે. આપણે બરબાદ થઈ જઈશું."

"પણ તું એવું વિચારી જ શા માટે રહ્યો છે કે ભેંસ મરી જશે.... તું સકારાત્મક વિચાર. એ વિચાર કે ભેંસ દૂધ આપશે, જેને આપણે વેચીશું એનાથી જ પૈસા આપણને મળશે, એને આપણે ભેગા કરીશું. થોડા ઘણા આપણા ઘરને બનાવવામાં લગાડીશું અને જ્યારે વધારે પૈસા જમા થઈ જશે તો એ પૈસાથી આપણે બીજી ભેંસ ખરીદી લઈશું. આ રીતે ધીરે-ધીરે આપણે આજ માધ્યમથી દૂધના મોટા વેપારી બની જઈશું."

"ભાઈ મારા, વેપારી તો આપણે ત્યારે બનીશું જ્યારે ભેંસ જીવતી રહેશે." શ્યામૂએ પોપટની જેમ રટણ ચાલુ રાખ્યું, "જો ભેંસ મરી ગઈ તો...."

"જો શ્યામૂ, આ રીતે શંકા કરવાથી કશો ફાયદો નથી. આ રીતની શંકાઓને પોષવી ખરાબ છે. તું પહેલેથી જ ચિત્રની કાળી બાજુને જુએ છે, ઉજળી બાજુ કેમ નથી જોતો ?"

શ્યામૂ ઉજળી બાજુ જોતો કેવી રીતે ! એના મનમાં તો એક જ વાત ઠસી ગઈ હતી કે ભેંસ મરી ગઈ તો.....

ખેર, રામૂએ એની ભાગીદારીમાં ભેંસ ખરીદવાનો ઈરાદો મૂકી દીધો અને પોતાના જ બળે એક દૂધારું ભેંસ ખરીદી લાવ્યો. તે તન-મનથી ભેંસની સેવા કરવા અને દૂધ પણ વેચવા લાગ્યો.

શરૂ શરૂમાં એને ભેંસ સંભાળવામાં અને ગ્રાહક શોધવા અને દૂધ વેચવામાં થોડી તકલીફ પડી, પણ તે એક લોજ એની સામે ઝઝૂમતો રહ્યો.

શ્યામૂ રોજ એની પાસે આવતો, એને સંઘર્ષ કરતા જોતો અને વિચારતો કે એણે નાહકની મુસીબત ઉઠાવી છે. પહેલા એનું જીવન કેટલું સુખી હતું. આઠ વાગે કામ પર જવું અને સાંજે પાંચ વાગ્યે મજૂરી લઈને ઘેર આવી જવું. હવે એ રોજ સાવરે ચાર વાગે ઉઠે છે. ભેંસને ચારો નાખે છે, ખાણું નાખે છે અને દૂધ દોહીને ઘેર - ઘેર વેચવા જાય છે, કેટલી મુસીબત છે. તે મુરખ છે. વિચારવા જેવી વાત છે કે ભેંસ મરી ગઈ તો.....

પણ રામૂને એજ કાળી ભેંસમાં પોતાનું સોનેરી ભવિષ્ય દેખાતું હતું.

દિવસો વિતતા ગયા.

રામૂ પોતાના સુખી અને સોનેરી ભવિષ્ય માટે કઠોર શ્રમ કરતો રહ્યો, સૂઝબૂઝથી ઘરાક વધારતો ગયો અને શ્યામૂ એની ભેંસના મરવાના ડરથી દૂબળો થતો ગયો.

ખેર, ભેંને ન તો મરવાનું હતું અને ન તે મરી. શ્યામૂને એ દિવસે તે જ ઝાટકો લાગ્યો જ્યારે રામૂ બીજી ભેંસ લાવ્યો.

આ રીતે જોત જોતામાં રામૂ સંપન્ન થતો ગયો અને શ્યામૂ દાઢીયો મજૂર જ બની રહ્યો.

રામૂની સંપન્નતા જોઈને શ્યામૂને પોતાની સંકુચિત વિચારના દુષ્પરિણામનું જ્ઞાન થયું કે કાશ ! એણે નાહકની શંકા ન કરીને રામૂને સાથ આપ્યો હોત તો આજે એ પણ તેની જેમ સંપન્ન હોત.

દોસ્તો, આવા જ લોકોને જોઈને કોઈ વિદ્વાને કહ્યું છે - **'અબપછતાયે ક્યા હોત, જબ ચીડીયા ચૂક ગઈ ખેત.'**

દોસ્તો, આ વાર્તાથી આપણને શિક્ષા મળે છે કે -

- નકારાત્મક વિચાર મનમાં ન લાવવા જોઈએ.
- પણ, જો, તો જેવા શબ્દોમાં ફસાઈને વ્યક્તિ જાતે પોતાનો સમય અને જીવન વેડફી નાખે છે.
- સકારાત્મક વિચારસરણીવાળા લોકો જ જીવનમાં પ્રગતિ કરે છે. એટલે રામૂ બનવાનું શિખો, શ્યામૂ નહીં.

□□□

વહેમનું કોઈ ઓષડ નથી

ઘણા સમય પહેલાની વાત છે.

લુકમાન નામનો એક હકીમ હતો. કહેવાય છે એની પાસે દુનિયાની દરેક બિમારીનો ઈલાજ હતો. એક દિવસ હકીમ સાહેબ પાસે એક સ્ત્રી આવીને બોલી, “મારો પતિ એના ઘણા પૈસા બીજી સ્ત્રીઓ પાછળ ખર્ચે છે, મારો દિકરો પણ મારાથી વધારે એની સ્ત્રીનું સાંભળે છે. વહુ પણ મારા દિકરાને કાન ભંભેરણી કરતી રહે છે. આડોસી-પાડોસી પણ અમારું ઘર ભાંગવા માંગે છે અને પ્રાયઃ એકબીજા સાથે અમારી નિંદા કરે છે. સગાવ્હાલાને વાત કરું તો એ પણ બીજાઓનોપ ક્ષ લે છે અને મારી જ નબળાઈઓ કાઢે છે, જેથી માલૂમ થાય છે કે તેઓ અમારું ખરાબ ઈચ્છે છે. મને લાગે છે કે તેઓ પણ મારા પતિ, દીકરા અને વહુ સાથે મળેલા છે. આ મુશ્કેલીઓથી મારા હાથમાં કાયમ દરદ, શરીરમાં થાક અને હૃદયમાં ગભરામણ થાય છે. મહેરબાની કરી મને કોઈ એવી દવા આપો કે હું સાજી થઈ જાઉં.”

એની વાત સાંભળ્યા પછી હકીમ લુકમાનને ખાત્રી થઈ ગઈ કે આ સ્ત્રી સંદેહના રોગથી પીડાય છે.

તેથી તેમણે એને કહ્યું, “તારી બિમારીનો ઈલાજ મારી પાસે નથી.”

સ્ત્રી નવાઈ પામીને બોલી, “એવું કઈ રીતે બની શકે કે મારી મુશ્કેલીઓનો ઈલાજ તમારી પાસે ન હોય, જ્યારે તમે દુનિયાની દરેક

બિમારીનો ઈલાજ કરી શકો છો. મને તો શંકા જાય છે કે તમે પણ એ લોકો સાથે મળેલા છો.''

હકીમ લુકમાન હસીને બોલ્યા, ''બહેન, એમાં કોઈ બેમત નથી કે હું દુનિયાની દરેક બિમારીનો ઈલાજ કરી શકું છું, પણ શકનો મારી પાસે કોઈ ઈલાજ નથી. હું તો આજ સુધી તારા પતિ, દીકરા અને વહુને મળ્યો પણ નથી અને ન તો હું જાણું છું કે તારી અડોસ-પડોસમાં કોણ કોણ લોકો રહે છે, કોણ તારા સગાવહાલા છે. અફસોસ ! તેં મને પણ તારા શકના ઘેરામાં લઈ લીધો. શક એવી અસાધ્ય બિમારી છે, જેનો મારી પાસે કોઈ ઈલાજ નથી.''

દોસ્તો, આ વાર્તાથી આપણને શિક્ષા મળે છે કે -

- શંકાશીલ વ્યક્તિ કૌટુંબિક અપનત્વ, મિત્રોનો પ્રેમ, તથા વ્યક્તિગત સફળતાને અવરોધ કરે જ છે, જીવનને પણ નરક સમાન બનાવી દે છે.
- શંકા એ આગ છે, જેમાં મધુર સંબંધની સાથે સાથે ઘર-કુટુંબ પણ બળીને રાખ થઈ જાય છે.

□□□

સપનું સાકાર કરવાનું ઝનૂન

એની ઉંમર માત્ર તેર વર્ષની હતી. ગોરો રંગ, પાતળું શરીર, બિલ્કુલ સાધારણ છોકરા જેવો, પણ આશ્ચર્યકારક વાત એ હતી કે બિલ્કુલ સાધારણ વસ્ત્ર ધારણ કરેલા એ છોકરો ઉત્તરીય ધ્રુવ જેવા લોહી થીજાવી દેનાર ક્ષેત્રમાં એક હિમખંડ પર ઊભો બરફની સાથે રમત રમતો હતો.

ચારે તરફ બરફ જ બરફ ! દૂર - દૂર જ્યાં સુધી નજર જાય બરફના પહાડ દેખાતા. મોટા-મોટા સાહસી લોકો ત્યાં જવાની કલ્પનાથી જ પરાસ્ત થઈ જતા હતા, પણ તે નાનો બાળક ત્યાં ફરી રહ્યો હતો.

"રિચર્ડ ! રિચર્ડ !"

અચાનક એક સ્વર એના કાનમાં અથડાયો. રઘવાયા થઈને એણે આંખો ખોલી અને ઉઠીને બિછાના પર બેસી ગયો. જોયું, સામે એની મા ઊભી હતી.

"આજે ઉઠવું નથી શું" માએ પ્રેમથી એના માથા પર હાથ ફેરવીને કહ્યું, "જો, સવાર થઈ ગઈ છે."

"હા, હા, માં," ગભરાઈને એ બોલ્યો, પછી જાણે પોતામાં જ ખોવાઈ ગયો.

"તું ફ્રેશ થઈ જા, હું તારા માટે નાશ્તો બનાવું છું."

મા જતી રહી.

પણ તે બેસી રહ્યો. પછી આંખો ફાડી-ફાડીને પોતાની ચારે તરફ જોવા લાગ્યો અને વિચારવા લાગ્યો - 'ક્યાં ગયો એ બરફ, ક્યાં

પહોંચી ગયો હતો હું ? શું એ જ જગ્યા ઉત્તરીય ધ્રુવ છે ? જ્યાં આજ સુધી કોઈ પહોંચી શક્યું નથી ? શું સ્વપ્નમાં હું ઉત્તરીય ધ્રુવ પહોંચી ગયો હતો ? હકીકતમાં તે જગ્યા ઉત્તરીય ધ્રુવ હતી ? વાહ શું રોમાંચ હતો ? ચારે તરફ બરફ જ બરફ ! - આઈસલેન્ડ !

તે વિચારતો રહ્યો તેના સ્વપ્ના વિષે.

પછી એકાએક જ એના ચહેરા પર એક ગજબની દઢતા ઉતરી આવી. આંખોમાં કોઈ સંકલ્પની ચમક દેખાવા લાગી. તે બિછાનામાંથી ઊઠીને તેના સ્ટડી ટેબલ પર આવ્યો અને ડાયરી ખોલીને એના એક પાના પર તેણે લખ્યું - 'હું ઉત્તરી ધ્રુવ પર પહોંચનારો વિશ્વનો પહેલો વ્યક્તિ છું."

તે પછી એના ચહેરાની દઢતા વધોર દઢ થઈ ગઈ. આખો ચહેરો અસીમ આત્મવિશ્વાસથી ચમક્વા લાગ્યો.

અને !

એ દિવસ પછી જ એણે પોતાના શરીરને ઉત્તરી ધ્રુવની મોસમને અનુકૂળ બનાવવાનુ શરૂ કરી દીધું. લોહીને થીજાવી દેનારી ઠંડીનો મુકાબલો કરવા માટે તે કાતિલ ઠંડીમાં પણ બિલ્કુલ હલકા વસ્ત્ર પહેરતો. એને એક જ ધૂન સવાર હતી. સામર્થ્યવાન થઈને હું ઉત્તરી ધ્રુવ પર પહોંચીશ જ્યાં આજ સુધી કોઈ નથી પહોંચી શક્યું.

તે રોજ પોતાની ડાયરીનું એ પાનું ખોલીને વાંચતો અને પોતાના સંકલ્પને દોહરાવતો - 'હું ઉત્તરીય ધ્રુવ પર પહોંચવાવાળો વિશ્વનો પહેલો વ્યક્તિ છું.'

એનો સંકલ્પ લગાતાર દઢ થતો જતો હતો, પણ કહે છે કે સંકલ્પ કરવાવાળના માર્ગમાં હંમેશા વિઘ્નો ઉત્પન્ન થાય છે, જેનાથી તેઓ તેમનો સંકલ્પ તોડી નાખે. એને કુદરતી પરીક્ષા પણ કહે છે.

એના માર્ગમાં પણ એક ભયાનક વિઘ્ન આવીને ઊભું રહ્યું.

એક દુર્ઘટનામાં એના પગ અને ઘૂંટીનું હાડકું તૂટી ગયું તે લંગડો થઈ ગયો.

કોઈ બીજો હોત તો પોતાનો સંકલ્પ ભૂલી જતો, પોતાને બદનશીલ અને અપંગ માનીને બીજા પર આશ્રિત થઈ જાત, પણે તે ખૂબ જ આત્મવિશ્વાસી અને બહાદૂર હતો. ચાલતો-ફરતો થતા જ તે પાછો પોતાના સ્ટડી ટેબલે પહોંચ્યો અને ડાયરીનું પાનું ખોલીને ફરી એકવાર તેણે પોતાનો સંકલ્પ દોહરાવ્યો - ‘હું ઉત્તરીય ધ્રુવ પર જનારો વિશ્વનો પહેલો વ્યક્તિ છું.’

કોઈ બીજું આ સ્થિતિમાં જો એને પોતાનો સંકલ્પ દોહરાવતા જોત તો એની નાદાની પર હસત કે એક અપંગ વ્યક્તિ આવો મોટો સંકલ્પ લઈ રહ્યો છે, પણ તે આત્મવિશ્વાસથી એટલો ભરેલો હતો કે વિઘ્નો પણ એના સંકલ્પને હલાવી શકી ન હતી.

થોડો સ્વસ્થ થતા તેણે વિમાન ઉડાવતા શીખવા માટે એક એકેડમીમાં પ્રવેશ લઈ લીધો. એણે પોતાના પ્રશિક્ષકને પણ જાણવી દીધું કે વિમાન ઉડાવવા શીખવા પાછળ એનો ઉદ્દેશ્ય શું છે - “હું ઉત્તરી ધ્રુવ પર પહોંચવાવાળો વિશ્વનો પહેલો વ્યક્તિ છું.’

એનો ઈરાદો જાણીને પ્રશિક્ષક આશ્ચર્યચકિત થઈ ગયો.

કેટલીક ક્ષણ સુધી તે તેને એવી નજરે જોતો રહ્યો જાણે તે પોતાની સામે ઉભેલી કોઈ એવા અબોધ યુવકને જોઈ રહ્યો હોય જે પોતાની જ કહેલી વાતનો અર્થ ભણતો ન હોય.

પણ પ્રશિક્ષકે એની આંખમાં દૃઢ સંકલ્પની એવી ચમક જોઈ કે એણે એ યુવકને પ્રશિક્ષણ આપવા સ્વીકારવું જ પડ્યું. પછી તન, મનથી યુવકે વિમાન ઉડાડવાનું પ્રશિક્ષણ લેવાનું શરૂ કર્યું. વિમાન ઉડાડવાનું શીખવાના

દરેક પાસાને તે પોતાના ઉત્તરી ધ્રુવ પર વિજયના અભિમાન સાથે જોડીને જોતો હતો.

લગન હોય તો વ્યક્તિ મુશ્કેલમાં મુશ્કેલ કાર્ય પણ ચપટીમાં સંપન્ન કરી લે છે. અપંગ હોવા છતાં તેણે જલ્દી વિમાન ઉડાડવામાં સફળતા મેળવી લીધી, પરંતુ એ દરમ્યાન એણે ઘણી દુર્ઘટનાઓનો સામનો કરવો પડ્યો. તેમ છતાં ન તેણે હિંમત હારી અને ન તો પોતાના સંકલ્પમાંથી ડગ્યો.

હવે એના વિચાર ચલાવવાના પ્રશિક્ષણનો અંતિમ ભાગ હતો.

તેને જલ્દી જ એક સફળ પાયલોટ હોવાનું પ્રમાણ પત્ર મળવાનું હતું પરંતુ અડચણો અને મુશ્કેલીઓએ હજુ પણ તેનો પીછો છોડ્યો ન હતો.

એક દિવસ પ્રશિક્ષણ દરમ્યાન એક એવી દુર્ઘટના બની કે તે ઊંધા માથે જમીન પર પટકાયો. આ દુર્ઘટનામાં તે ગંભીર રીતે ઘાયલ થયો. એના સંકલ્પ પર આંચ ન આવી.

જો કે આ દુર્ઘટના પછી સંસ્થાએ તેને સફળ પાયલોટનું સર્ટીફિકેટ આપવાનો ઈનકાર કરી દીધો, પણ તે પછી તેનો સંકલ્પ વધારે દૃઢ થઈ ગયો. એણે વિઘ્નો અને મુસીબતોને લલકારી -

'હે વિઘ્નો, હે મુસીબતો તમે ભલે મારા માર્ગમાં કાંટા વિખેરી દો, પણ મને મારા સંકલ્પમાંથી ડગાવી નહીં શકો. હું આજે પણ મારા સંકલ્પ પર દૃઢ છું કે ઉત્તરીય ધ્રુવ પર પહોંચનાર વિશ્વનો પહેલો વ્યક્તિ હું જ છું.

હવે એણે ઉત્તરીય ધ્રુવની યાત્રાની તૈયારીઓ શરૂ કરી. એના માટે એને સર્વપ્રથમ ધનની જરૂર હતી. તેથી સૌથી પહેલા એણે ધન ભેગું કરવાનું શરૂ કર્યું.

સંકલ્પથી ધનવાન અને આત્મવિશ્વાસી વ્યક્તિ માટે અસંભવ કશું હોતું નથી. જલ્દી આત્મવિશ્વાસના બળ પર તેણે જરૂરી ધન ભેગું કરી લીધું.

પછી ઈ.સ. ૧૯૨૬માં એણે ઉત્તરીય ધ્રુવ માટે પહેલું ઉડયન કર્યું. વારંવારની નિષ્ફળતાઓ, અડચણો અને દુર્ઘટનાઓ પછી પણ એણે ઉત્તરીય ધ્રુવ પર વિજય મેળવ્યો અને સાચ્ચે જ ઉત્તરીય ધ્રુવ પર પહોંચનાર વિશ્વનો તે પહેલો વ્યક્તિ બન્યો.

આ આત્મવિશ્વાસી, સંકલ્પના ધનવાન, ધુનનો પાક્કો અને પોતાના સપનાને સાકાર કરનારા વિજેતાનું નામ હતું - **રિચર્ડ બાયર્ડ.**

દોસ્તો, આ વાર્તાથી આપણને શિક્ષા મળે છે કે -

- સપનું અને લક્ષ્યમાં એજ ફેર હોય છે કે સ્વપ્ન જોવાય છે અને જો એને સાકાર કરવા હોય તો તેને લખીને પોતાનું લક્ષ્ય બનાવી લેવાય છે. જે રીતે રિચર્ડ બાયોર્ડ પોતાના સપનાને ડાયરીમાં લખીને એને પોતાનું લક્ષ્ય બનાવી દીધુ અને પોતાના સપનાને સાકાર કર્યું, જો તમારા પણ સપના હોય અને તમે એને સાકાર કરવા માંગો છો તો તમારા એ સપનાને ડાયરીમાં લખો અને એને પોતાનું લક્ષ્ય બનાવીને એની પ્રાપ્તિ માટે સૂઝબૂઝ સાથે શક્ય પ્રયત્ન કરો. તમારા સ્વપ્ન ચોક્કસ સાકાર થશે.
- વ્યક્તિએ મોટા સપના જોવા જોઈએ, મોટું લક્ષ્ય બનાવવું જોઈએ અને પોતાના સપનાને, પોતાના લક્ષ્યને લખીને રાખો અને રોજ એને દોહરાવવો જોઈએ.
- જો વ્યક્તિનો સંકલ્પ દૃઢ હોય, જો એનામાં આત્મવિશ્વાસ ઠાંસી-ઠાંસીને ભરેલો હોય અને જો એને પોતાના લક્ષ્ય પ્રત્યે પ્રેમ હોય, એનામાં ઝનૂનની હદ સુધી પોતાના લક્ષ્યને પામવાની, સપનાને

સાકાર કરવાની ધૂન હોય તો જીવનમાં આવનારી કોઈ એક અડચણ તો શું અનેક અડચણો પણ એને સફળતાના શિખર પર પહોંચવાથી રોકી શક્શે નહીં.

- જો કોઈ યુવક પોતાના કોઈ સપનાને સાકાર કરવા ઈચ્છતો હોય તો એના માટે રિચર્ડ બાયર્ડથી ચઢીયાતું બીજું કોઈ ઉદાહરણ નથી. યાદ રાખો, તમારો આત્મવિશ્વાસ. તમારી સંકલ્પ શક્તિ જ તમને વિજેતા બનાવે છે. જો આ ગુણ નબળા હોય છે તો બીજા ભલે લાખ ગુણ તમારામાં હોય, તે બધા વ્યર્થ જાય છે.

- વ્યક્તિ શરીરથી ભલે અપંગ બની જાય પણ એણે મનથી કદી અપંગ બનવું ન જોઈએ. સ્વસ્થ અને તંદુરસ્ત દેખાતો વ્યક્તિ પણ જો મનથી અપંગ છે તો એ વ્યક્તિથી પણ તે ઉતરતો છે જે સાચ્ચે જ અપંગ થઈને પણ આત્મવિશ્વાસથી ભરેલો છે.

□□□

અન્નનું અપમાન

બપોરે છાત્રાલયના બધા છોકરાઓ ભોજન માટે મેસમાં એકઠા થયા. ભોજનમાં આજે રીંગણાનું ભડથું અને રોટલી પિરસવામાં આવી હતી, જેને જોઈને ઘણા વિદ્યાર્થીઓએ નાક ચડાવ્યું. ઘણા વિદ્યાર્થીઓ બેકાર ખાવાનું - બેકાર ખાવાનું કહીને શોર મચાવવા લાગ્યા. કેટલાકે તો હદ વાળી દીધી, એમણે ભોજનની થાળીમાં પાણી નાખીને આઘી સરકાવી દીધી. તેઓ રસોઈયા અને સંબંધિત અધિકારીઓ પર કટાક્ષ કરવા લાગ્યા.

ઓરડામાં આ હંગામો થઈ રહ્યો હતો અને ઓરડાની બહાર એક વ્યક્તિ બધા વિદ્યાર્થીઓના જૂતાને અહિં તહિંથી ઉઠાવીને વ્યવસ્થિત ગોઠવી રહ્યો હતો.

જ્યારે ઘોંઘાટ ખૂબ વધી ગયો તો તે સજ્જન અંદર આવ્યા. તે પણ ક્યારેક ક્યારેક વિદ્યાર્થીઓ સાથે જ ભોજન લેતા હતા.

અંદરનું દૃશ્ય જોઈને તે આખી વાત સમજી ગયા. એમને જોઈને વિદ્યાર્થીઓનો વિરોધ અને ઉત્તેજના થોડી ઓછી થઈ ગઈ.

એ વ્યક્તિએ એક થાળી ઉઠાવી. એમાં રાખેલા શાક અને રોટલીમાં પાણી પડ્યું હતું. વ્યક્તિએ પાણી કાઢી નાખ્યું અને એ જ શાક અને રોટલીને મજાથી ખાવા લાગ્યા. ખાતા ખાતા તે સજ્જન બોલ્યા માન્યું કે રીંગણાનું શક તમને પસંદ નથી, પણ આ રોટલીમાં શું વાંધો હતો જેના પર પાણી નાખીને તમે લોકોએ એને ખરાબ કરી દીધી. ઘણા લોકોને તો ન રોટલી મળે છે ન આવું શાક.

આસપાસની વસ્તીઓમાં જઈને જુઓ, લોકો આભાર માને છે કે તમને રોટલી મળી. મેં જોયું છે કે તેઓ એક ડુંગળી અને મીઠાની કાંકરી સાથે રોટલી ખાય છે અને ઈશ્વરનો આભાર માને છે કે એમને પેટ ભરવા માટે કાંઈક તો મળ્યું. પાણી નાખીને જે રોટલી અને શાક તમે ખરાબ કર્યા છે તેને લઈ જઈને કોઈ ભૂખ્યાને ખવડાવો ત્યારે તમને આ રોટલી-શાકનું મહત્ત્વ ખબર પડશે. મારા બાળકો, કોઈ વસ્તુને બગાડવી બહુ સહેલી છે, જો આ જ રોટલી તમે પોતાની મહેનતની કમાણીથી ખરીદી હોત. ત્યારે પણ શું તમે એને આ રીતે બરબાદ કરત ? તમારી માતાઓ જ્યારે તમને ખાવાનું પીરસે છે અને તે તમને પસંદ નથી આવતું તો શું તમે તેને પણ આ રીતે બરબાદ કરી દો છો ?

વિદ્યાર્થીઓના માથા ઝૂકી ગયા. એકના ચહેરા પર આત્મગ્લાનિ અને શરમના ભાવ દેખાવા લાગ્યા.

સજ્જન ફરી બોલ્યા, “મારા બાળકો, તમે વા ભારતના નિર્માતા અને ભાગ્ય વિધાતા છો. દેશની જનતાને તમારી પાસે મોટી આશા છે, એટલે વિધ્વંસ નહીં, નિર્માણની વાત વિચારો. બરબાદીની નહીં આબાદીની વાત વિચારો.”

ઓરડામાં ગાઢ સન્નાટો છવાઈ ગયો.

કોઈ એક વિદ્યાર્થીએ સાહસ કરીને પોતાની થાળી ઉઠાવી અને શાંતિથી ભોજન કરવા લાગ્યો. બીજા વિદ્યાર્થીઓને પણ તેમની કરતૂતનો આજ સારું પ્રાયશ્ચિત લાગ્યું કે જે ભોજનને તેમણે નષ્ટ કર્યું, એને હવે તેઓ જ ખાય. થોડી જ વારમાં ત્યાંનું દશ્ય બદલાઈ ગયું. બધા વિદ્યાર્થીઓ શાંતિથી ભોજન કરતા હતા.

દેશ માટે, દેશવાસીઓ માટે વિદ્યાર્થીઓના આચરણથી ચિંતા કરનારાએ સજ્જન હતા - ડૉક્ટર ઝાકિર હુસેન. જેમણે ભારતના ત્રીજા રાષ્ટ્રપતિ બનીને દેશનું ગૌરવ વધાર્યું.

દોસ્તો, આ વાર્તાથી આપણને શિક્ષા મળે છે કે -

- આપણે ભૂલથી પણ કદી અન્નનો તિરસ્કાર કરવો જોઈએ નહીં. કોઈએ સાચું કહ્યું છે જે અન્નનો અનાદર કરે છે તે દાણા-દાણા માટે ગરીબ થઈ જાય છે.
- યુવાનો જ રાષ્ટ્રના નિર્માતા હોય છે. તેથી યુવાનોએ જોશ સાથે હોશ પણ રાખવી જોઈએ. એની સાથે જ સદા નિર્માણની વાત વિચારવી જોઈએ, વિધ્વંસની નહીં.
- દરેક વ્યક્તિ ચાહે તે યુવાન હોય કે પૌઢ, એણે ન કેવળ પોતા વિષે બલ્કે પૂરી માનવતાના હિતમાં વિચારવું જોઈએ. એજ મેળવે છે જે આપવાનું જાણે છે.
- જો આપણી પડોસમાં આપણા સમાજમાં, આપણા રાજયમાં કોઈ ભૂખ્યું છે અને આપણે અન્ન જેવી અમૂલ્ય વસ્તુને બરબાદ કરીએ છીએ તો આપણે બહુ મોટા ગુન્હેગાર છીએ.
- પોતાના પેટની ચિંતા તો જાનવર પણ કરે છે, સાચ્ચો માણસ એજ છે જે પહેલા બીજાની ચિંતા કરે પછી પોતાની.
- ડૉક્ટર ઝાકિર હુસેન સાહેબના આચરણથી આપણને એ શિક્ષા લેવી જોઈએ કે વ્યક્તિ વિચારોથી મહાન બને છે.

□□□

વિઘ્નોથી શું ગભરાવવાનું

"ના...ના...ના..." જિદ કરવા તે બાળક બોલ્યો, "હું હવે કદી સ્કૂલે નહીં જાઉં."

"કેમ બેટા," પિતાએ પ્રેમથી તેના માથા પર હાથ ફેરવીને પૂછ્યું, "આખરે વાત શું છે ? તું સ્કૂલે જવા કેમ ના પાડે છે. બધા બાળકો સ્કૂલે જાય છે. જો તું સ્કૂલે નહિં જાય તો ભણી-ગણીને મોટો માણસ કેવી રીતે બનીશ."

"તમે ગમે તે કહો, પણ હું સ્કૂલે નહીં જાઉં."

પિતા થોડી ક્ષણો સુધી એનો ચહેરો જોતા રહ્યાં, પછી એકાએક જ એમના મનમાં પ્રશ્ન થયો, આખરે શું કારણ છે કે દિકરો સ્કૂલે જવા ના પાડે છે ? ચોક્કસ ત્યાં કાંઈક એવું બન્યું છે જેનાથી એના દિલને ઠેસ પહોંચી છે. હકીકત જાણવા માટે એમણે તેને પૂછ્યું, "અચ્છા હવે સ્કૂલે ન જવાનું કારણ પણ બતાવી દે. એવી કઈ વાત છે જેથી તું સ્કૂલે જવાના નામથી આ રીતે ચીડાય છે ?"

"ત્યાં કેટલાક છોકરા મારી મજાક ઉડાવે છે. મારા અભ્યાસમાં અડચણો પેદા કરે છે. તેઓ ક્યારેક મારા પુસ્તકો સંતાડી દે છે, ક્યારેક કોપી-પેન. હું દુઃખી થઈ ગયો છું." બાળકે દૃઢતાથી કહ્યું, "એટલે હું સ્કૂલે નહીં જઉં."

"બેટા, આવા તોફાની છોકરા દરેક સ્કૂલમાં હોય છે. હજુ તું આ સ્કૂલમાં નવો છે, એટલે તેઓ આવું કરે છે. જલ્દી તેઓ

તારા

દોસ્ત બની જશે. પછી કોઈ આવું તોફાન નહીં કરે.'' પિતાએ તેને પ્રેમથી સમજાવ્યો.

પણ બાળકે જાણે કશું પણ ન સમજવાનું નક્કી કરી રાખ્યું હતું.

“તમે ગમે તે કહો, હું સ્કૂલે નહિં જાઉં, બસ.” કહીને બાળકે પુસ્તકો એકબાજુ નાખી દીધા.

પિતા સમજી ગયા કે બાળક જિદ પર આવી ગયો છે. એમણે એને સમજાવવાની બહુ કોશીષ કરી પણ બાળક ન માન્યું.

કેટલાક દિવસ વિતી ગયા. બાળકે સ્કૂલે જવાનું સાચ્ચે જ બંધ કરી દીધું હતું.

એથી એના પિતા ચિંતીત રહેવા લાગ્યા. એમને બાળકનું ભવિષ્ય અંધકારમય દેખાવા લાગ્યું. શું કરે ? કેવી રીતે બાળકને સમજાવે ? એમને કશું પણ સૂઝતું ન હતું.

એક દિવસ એક મિત્ર તેમને મળવા આવ્યો અને એમની ચિંતા-મુંઝવણનું કારણ પૂછ્યું. એમણે એમની સમસ્યા કહી દીધી કે દિકરો કોઈ પણ સંજોગોમાં સ્કૂલ જવા માંગતો નથી.

મિત્રએ કહ્યું, “ચિંતા ન કર, બધું સારું થઈ જશે.”

પછી એમણે બાળકને પોતાની પાસે બોલાવ્યો અને પ્રેમથી એના સ્કૂલે ન જવાનું કારણ પૂછ્યું. બાળકે એની સમસ્યા જણાવી દીધી.

વાતો કરતા કરતા તે સજ્જન બાળકેન બહાર ખુલ્લામાં લઈ આવ્યા, જ્યાં મકાનની બીજી બાજુ કેટલાક ખેતર હતા. ખેતરની વાડની સાથે સાથે એક નાની નાલી બની હતી, જેના દ્વારા ટ્યુબવેલમાંથી નીકળેલું પાણીને ખેતર સુધી પહોંચાડવામાં

આવતું હતું. મિત્ર એને એ નાલી પાસે લઈ આવ્યા અને એક પત્થર ઉઠાવીને

એને આપતા બોલ્યા, "લે, આ પત્થરને આ નાલીમાં નાખી દે."

"એનાથી શું થશે અંકલ ?" છોકરાએ ઉત્સુક્તાથી પૂછ્યું.

"બહુ મજા આવશે, એનાથી પાણી વહેતું અટકી જશે. આ પત્થર પાણીના વહેણમાં અવરોધ ઉભો કરશે.

છોકરાએ પત્થરને એ નાની વહેતી નાલીમાં નાખી દીધો. થોડીવાર માટે સાચ્ચે જ પાણીના વહેણમાં અવરોધ પેદા થઈ ગયો પણ તરત જ પાણીના વેગે એ પત્થરને એક તરફ હટાવી દીધો અને ફરીથી પોતાની ગતિએ વહેવા લાગ્યું.

"પાણી તો ફરીથી વહેવા લાગ્યું અંકલ. તમને કદાચ ખબર નથી. પાણીમાં બહુ શક્તિ હોય છે, એ પોતાની સાથે બધાને ઘસડી જાય છે. એકવાર મેં રેડિયો પર પૂર વિષે સાંભળ્યં હતું, જ્યારે પૂર આવે છે તો મોટા મોટા ખડકો પણ તેના વેગને અટકાવી શક્તા નથી. આવા નાના-મોટા પત્થરો તો પૂરમાં ખબર જ પડતી નથી."

"હા બેટા, પાણી આપણને શિખામણ આપે છે કે આપણે વિઘ્ન અથવા અડચણોથી ગભરાવું જોઈએ નહીં. પાણીનું કામ વહેવાનું છે. તે જાણે છે કે આ વિઘ્નો અથવા અડચણો તો એના વેગને રોકવા માંગે છે જો એણે એના પ રવિજય ન મેળવ્યો તો એ એના વેગને રોકી લેશે. જ્યારે પાણીનું વહેવું બંધ થઈ જાય છે તો એ સડવા લાગે છે. એટલે એ પોતાના માર્ગની બધી અડચણોને દૂર કરી નિરંતર વહે છે અને એને આ યાત્રા ત્યાં સુધી ચાલુ રહે છે જ્યાં સુધી એ સમૃદ્રમાં મળી ન જાય. એ જ રીતે તો તું પણ અડચણોથી ગભરાઈને સ્કૂલ નહીં જા તો વિચાર, જીવનમાં શું મેળવી શકીશ ? બંધીયાર પાણીની જેમ તું પણ સડી જઈશ અને સડેલા પાણીને

તો જીવ જંતુ પણ પસંદ કરતા નથી. એટલે મારા દિકરા પાણીની જેમ નિરંતર વહેતા શીખ રસ્તામાં આવનાર અડચણોનો

સામનો કર, પોતાના વ્યવહારથી, પોતાની દઢતાથી એના પર વિજય મેળવ. જો સ્કૂલે નહીં જાય તો અભણ રહી જઈશ, જ્યારે તારા પિતા ઈચ્છે છે તું ભણી-ગણીને મોટો માણસ બને. શું તું તારા પિતાની આ ઈચ્છાને થોડા તોફાની છોકરાઓને કારણે અધૂરી મૂકી દઈશ ? શું સ્કૂલના થોડા તોફાની છોકરાઓને કારણે તું તારું ભવિષ્ય બગડવા દઈશ ?

આંખના પલકારામાં છોકરાને બધી વાત સમજાઈ ગઈ. તે સમજી ગયો કે સ્કૂલના થોડા છોકરાઓને કારણે જો એણે સ્કૂલ જવાનું બંધ કરી દીધું તો એનું જીવન પણ બંધીયાર પાણીની જેમ સડી જશે. એને મોટો માણસ બનેલો જોવાની એના પિતાની ઈચ્છા અધૂરી રહી જશે.

'ના....ના.... મારા પિતા મને ખૂબ પ્રેમ કરે છે. હું એમની ઈચ્છા ચોક્કસ પૂરી કરીશ. પછી રસ્તામાં ભલે ગમે એટલી અડચણો કેમ ન આવે. જે છોકરા મને સતાવે છે હું એમને મારા મિત્ર બનાવીને એમના તોફાનોથી મારો બચાવ કરીશ, પણ સ્કૂલે જવાનું બંધ નહીં કરું. 'મનમાંને મનમાં એ બાળકે સંકલ્પ કર્યો અને પછી બોલ્યો, "તમે બરાબર કહો છો અંકલ. હું મારા પપ્પાની ઈચ્છા જરૂર પૂરી કરીશ. ભલે રસ્તામાં ગમે તેટલી અડચણો કેમ ન આવે હું કાલથી જ સ્કૂલે જઈશ."

પિતાના મિત્ર હસી પડ્યા, પછી એને ઘરની અંદર લઈ ગયા અને પોતાના મિત્રને કહ્યું, "લે તારી સમસ્યા ઉકલી ગઈ. આપણો દિકરો કાલથી સ્કૂલે જશે અને હવે કદી સ્કૂલે જવાની ના નહીં કહે, ખરું દિકરા ?"

"હા પિતાજી, સ્કૂલે જવા માટે હું હવે કદી ના નહીં પાડું અને મોટા માણસ બનવાની તમારી ઈચ્છા જરૂર પૂરી કરીશ. હવે કોઈ અડચણ મને રોકી નહીં શકે."

દિકરાની વાત સાંભળીને પિતા ડોલી ઉઠ્યા. ખુશીના કારણે એમની આંખો ભરાઈ આવી અને એમણે એના દિકરાને છાતી સરસો ચાંપી દીધો.

અને પછી એ છોકરાએ સાચ્ચે કદી પાછળ વળીને જોયું નથી. પોતાના માર્ગમાં આવેલી દરેક મુશ્કેલીઓને પાર કરતો તે બાળક તેના દેશના રાષ્ટ્રપતિના પદ સુધી જઈ પહોંચ્યો.

તે દેશ હતો ઈન્ડોનેશિયા અને બાળક હતા - સુવર્ણો

ઈન્ડોનેશિયાને આબાદ કરવામાં એમણે ઘણી જ મહત્ત્વની ભૂમિકા નિભાવી. જીવનમાં સદા પાણીની જેમ વહેવું અને દરેક અડચણો પર વિજય મેળવવાનું સુત્ર કાયમ તેમને આગળ વધવાની પ્રેરણા આપતું રહ્યું.

દોસ્તો, આ વાર્તાથી આપણને શિક્ષા મળે છે કે -

- અડચણોથી ગભરાવાને બદલે દ્રઢતાથી એમનો સામનો કરવો જોઈએ, કેમ કે ઉત્સાહ જીતે છે અને અડચણો તૂટે છે.
- આપણા જીવનમાં આવનારી અડચણો આપણને સંઘર્ષો કરવાનું, લડવાનું, આગળ વધવાનો ઉત્સાહ પૂરો પાડે છે.
- પોતાને હંમેશા પાણી જેવા સમજો, પાણીનો ધર્મ વહેવાનું છે. વહેતું પાણી સદા તાજું રહે છે અને જ્યારે એ જ પાણી રોકાઈ જાય છે તો સડી જાય છે, એટલે અડચણોથી ગભરાઈને રોકાવ નહીં, બલ્કે વહેતા રહે અને વધતા રહો.

□□□

હવે અંતે...

દોસ્તો, આ પુસ્તક તમે વાંચ્યું. મને આશા છે કે મારા દ્વારા આમાં રજૂ કરેલી વાર્તાઓ તથા પ્રસંગો ન કેવળ તમને સારા લાગ્યા હશે બલ્કે તમારા હૃદયને પણ સ્પર્શી ગયા હશે અને જેનો અવાજ કદાચ હવે તમે પણ સાંભળ્યો અને સમજ્યા હશો.

હું આશા રાખું છું કે તમે જે કંઈ આ વાર્તાઓને વાંચીને શીખ્યા તેમજ સમજ્યા, તેને તમારા જીવનમાં ઉતારશો, સાથે-સાથે એક નવા સમાજ અને પ્રગતિશીલ રાષ્ટ્રના નિર્માણમાં પણ મહત્ત્વપૂર્ણ ભૂમિકા અદા કરશો.

એ જ આશા અને શુભકામનાઓ સાથે....

તમારો પોતાનો

સૂર્યા સિન્હા

પત્રવ્યવહારનું સરનામું : 141 A4 Pocket-A 2,
Mayur Vihar Fase - 3, Delhi - 110096

ફોન : 09313632981,
09350527204 09312698276

ઈ-મેલ : admin@suryasinha.com,
winnerztrack@gmail.com

વેબસાઈટ : www.suryasinha.com
www.winnerztrack.com

બુકિંગ હેતુ આદેશ પત્ર

નામ ______________________________

સરનામું ______________________________

____

____

ફોન ______________ મોબાઈલ ______________

ઈ-મેઈલ ______________________________

કાર્યશાળા/સેમિનાર - ☐ સાત દિવસીય ☐ પાંચ દિવસીય

☐ ત્રણ દિવસીય ☐ બે દિવસીય ☐ એક દિવસીય

(જે કાર્યશાળા /સેમિનારની પસંદગી કરો, એ બોક્સ પર √ નું નિશાન લગાવો.)

કૃપયા ધ્યાન આપો

√ બધી કાર્યશાળાઓ/ સેમિનારોની અલગ-અલગ પ્રોફેશનલ ફી છે.

√ એકથી વધારે સેમિનાર / કાર્યશાળા કરાવવા પર પૅકેજ ડિસ્કાઉંટ મળશે.

√ હવાઈ જહાજ ભાડું અને લૉજિંગ અને ફૂડિંગનો વધારાનો ચાર્જ થશે.

√ પસંદગીની કાર્યશાળા / સેમિનાર બુકિંગ હેતુ શુલ્કના ૫૦ ટકા બેંક ડ્રાફ્ટ / ચેક દ્વારા આગામી ચૂકવણી કરવી આવશ્યક છે.

જો તમને તમારા શહેરમાં સૂર્યા સિન્હાની કોઈ પુસ્તક અથવા કેસેટ મળવામાં પરેશાની થતી હોય કે કાર્યશાળા / સેમિનારની ફી અને બુકિંગ હેતુ અમને

ઈ-મેઈલ કરો કે ફોન પર સંપર્ક કરો -

E-mail :

winnerztrack@gmail.com

WebSite : www.suryasinha.com

www.winnerztrack.com

ફોન : 0931362981, 09350527204